நகுலன்
தேர்ந்தெடுத்த கவிதைகள்

நகுலன்
தேர்ந்தெடுத்த கவிதைகள்

யுவன் சந்திரசேகர் (பி. 1961)
தொகுப்பாசிரியர்

யுவன் சந்திரசேகர் (எம். யுவன்) பிறந்தது மதுரை மாவட்டம் சோழவந்தானுக்கு அருகிலுள்ள கரட்டுப்பட்டி என்ற சிறு கிராமத்தில். வசிப்பது சென்னையில். பாரத ஸ்டேட் வங்கியில் பணிபுரிந்து விருப்ப ஓய்வு பெற்றிருக்கிறார்.

மின்னஞ்சல்: *writeryuvan@gmail.com*

● அன்பார்ந்த வாசகருக்கு,

வணக்கம்.

காலச்சுவடு நூலை வாங்கியமைக்கு நன்றி.

நூலின் உள்ளடக்கம், உருவாக்கம், அட்டைப்படம் இன்ன பிற அம்சங்கள் பற்றிய உங்கள் கருத்துகளையும் ஆலோசனைகளையும் காலச்சுவடு வரவேற்கிறது. தகவல், எழுத்து, வாக்கியப் பிழைகள் தென்பட்டால் அவசியம் தெரிவித்து உதவுங்கள். நூல் தயாரிப்பில் கடும் குறைபாடு இருப்பின் மாற்றுப் பிரதி உங்களுக்குக் கிடைக்கக் காலச்சுவடு ஏற்பாடு செய்யும்.

மின்னஞ்சல்: **publisher@kalachuvadu.com**

காலச்சுவடு நாகர்கோவில் அலுவலகத்திற்குக் கடிதம் அனுப்பலாம்.

தங்கள்
எஸ்.ஆர். சுந்தரம் (கண்ணன்)
பதிப்பாளர் — நிர்வாக இயக்குநர்

Unauthorised use of the contents of this published book, whether in e-book or hardcopy format, for any type of Artificial Intelligence (AI) training — including but not limited to Machine Learning, Deep Learning, Natural Language Processing, Computer Vision, Chatbot Training, Image Recognition Systems, Recommendation Engines, and Language Models — is strictly prohibited without prior licensing from the publisher. Any such unauthorised use may result in legal action.

நகுலன்
தேர்ந்தெடுத்த கவிதைகள்

தொகுப்பாசிரியர்
யுவன் சந்திரசேகர்

காலச்சுவடு பதிப்பகம்

நகுலன் ♦ கவிதைகள் ♦ ஆசிரியர்: நகுலன் ♦ தொகுப்பாசிரியர்: யுவன் சந்திரசேகர் ♦ முதல் பதிப்பு: டிசம்பர் 2012, பதினான்காம் பதிப்பு: செப்டம்பர் 2025 ♦ வெளியீடு: காலச்சுவடு பப்ளிகேஷன்ஸ் (பி) லிட்., 669 கே.பி. சாலை, நாகர்கோவில் 629001

nakulan ♦ Poems ♦ Author: Nakulan ♦ Compiler: YuvanChandra sekaran ♦ Language: Tamil ♦ First Edition: December 2012, Fourteenth Edition: September 2025 ♦ Size: Demy 1 x 8 ♦ Paper: 18.6 kg maplitho ♦ Pages: 96

Published by Kalachuvadu Publications Pvt. Ltd., 669 K.P. Road, Nagercoil 629001, India ♦ Phone: 91-4652-278525 ♦ e-mail: publications @kalachuvadu.com ♦ Printed at Mani Offset, Chennai 600077

ISBN: 978-93-81969-50-2

09/2025/S.No. 495, kcp 6010, 18.6 (14) ass

பொருளடக்கம்

முன்னுரை: எனது நகுலன்	9
சிலை	13
வர்ணபேதம்	15
கொல்லிப்பாவை 1	20
கையெழுத்து	22
சிலேடை	23
அது	24
மழை: மரம்: காற்று (4)	25
மழை: மரம்: காற்று (10)	30
பூ	34
அலைகள்	35
இல்லாமல் இருப்பது	35
எல்லைகள்	36
தன் மிதப்பு	37
இன்னும் மூன்று வருஷங்கள்	38
வழக்கம் போல்	40
ராமச்சந்திரன்	41
ஸ்டேஷன்	41
கோட்-ஸ்டாண்ட் கவிதைகள்	42
கடல்	48
கவிதை 70	48

தான்	49
எல்லாம் என்பதுபற்றி ஒரு கவிதை	50
நான்	51
கனல் 2	52
இவைகள்	52
அடை	53
சுருதி	53
லயம்	54
இவைகள் 2	54
சந்தை	54
அங்கு	55
இரு கவிதைகள்	55
ஒரு குரல்	56
பார்த்தேன்	57
வேறு	57
ஐந்து கவிதைகள்	58
அலைகள்	60
ஒரு பூ	63
கண்ணாடி	64
வண்ணாத்திப்பூச்சிகள்	67
இவர்கள்	68
நான் 2	69
கடைசிக் கவிதை	70
நகுலன் கவிதைகள் குறித்த உரையாடல் சுகுமாரன், யுவன் சந்திரசேகர் "தமிழ் இலக்கியச் சூழலில் வாசிக்கப்படாமலேயே அதிகம் பேசப்பட்ட கவிஞராக நகுலன் இருக்கிறார்"	71

முன்னுரை

எனது நகுலன்

தமிழில் நகுலன் படைப்புகளைப் பற்றிய எழுத்துக்களைவிட அவரைப் பற்றி எழுதப்பட்டவை தாம் அதிகம். திருவுருக்களை உருவாக்குவதிலும் கொண்டாடுவதிலும் சிற்றிதழ்ச் சூழல் தமிழ்ப் பொது மனத்துக்குச் சற்றும் சளைத்தது அல்ல என்பதற்கான சான்று இது. பெரும்பாலும், எழுதியவருடைய மொழித்திறன், கற்பனைத்திறன் ஆகியவற்றை எடுத்துரைக்கும் நோக்கம் தென்படுபவை. யாருக்கும் பொருந்தக்கூடிய சொல் அலங்காரம் கொண்டவை. நகுலன் மீது ஒருவித பிரமிப்பை உண்டாக்கி, புதிய வாசகன் அவரை அணுகுவதற்குப் பெரும் மனத் தடையை ஏற்படுத்துகிறவை. நவீன கவிதை மற்றும் புனைகதை வரலாற்றில் நகுலனின் இடம் என்ன, அவருடைய கவிதாம்சத்தின் சிறப்பியல்புகள் என்ன என்பவை குறித்துப் பேசிய கட்டுரைகள் மிகவும் குறைவு.

நகுலனின் படைப்புலகத்தில் கவிதைகளுக்கும் உரைநடைக்குமான இடைவெளி மிகவும் சன்ன மானது. உரைநடைத் தன்மைகொண்ட கவிதை களும், கவித்துவச் செறிவுகொண்ட உரைநடையும் கொண்டது அவ்வுலகம். உணர்ச்சிப்பிரவாகம்/ பிரலாபம், பொதுமனத்தில் முன்னமே நிலைப்பட் டிருக்கிற கருத்துக்களை சாதுரியமாக மீட்டுரைத்தல், குறிப்பான இலக்கற்ற நன்னயம் ஆகியவையே கவிதையின் அடையாளங்களாகக் கருதப்பட்ட கால கட்டத்தில் நவீன மனத்தின் சிக்கல்களை நூதனமான வகையில் பேச வழிவகுத்த முன்னோடிகளில் மிக

முக்கியமானவர் நகுலன். அவருடைய கவிதைகளின்மீது கவனம், மறுவிவாதம் தொடங்குவதற்கு ஓர் ஆரம்பப் புள்ளியாக இந்தத் தொகுப்பு.

இந்தத் தொகுப்புக்கு அடிப்படையாக நான் மேற் கொண்ட அளவீடுகள் என்னென்ன என்பது தொகுப்பி லேயே பதிவாகியிருக்கிறது. நான் மேற்கொள்ளாதவற்றின் பட்டியலை மட்டும் தருகிறேன்.

1. இது நகுலன் கவிதைகளின் முழுத் தொகுப்பு அல்ல.

2. ஆகவே, நகுலனின் கவியுலகத்தை முழுமையாக முன் வைப்பதும் அல்ல. நகுலனின் படைப்புகளை முழுமை யாகப் படிக்கத் தூண்டுவதே நோக்கம்.

3. நகுலன் எழுதியவற்றில் வகைக்கு இத்தனை என்கிற விகிதத்தில் பிரதிநிதித்துவம் கொள்ளாத தொகுப்பு.

4. கால வரிசைப்படியோ, சொல்முறை சார்ந்தோ, நகுலனின் பேசுபொருளில் உருவாகி வந்திருக்கும் மாற்றங்கள் சார்ந்தோ அடுக்கப்படாத தொகுப்பு.

5. 'மழை: மரம்: காற்று' என்ற, நகுலனின் படைப்பு உச்சம் என்று சொல்லப்படத்தக்க, நீண்ட கவிதையைக்கூட, முழுமையாகக் கொடுக்கவில்லை – இடவசதி கருதி.

6. ஐந்து கவிதைகள், பத்துக் கவிதைகள் என்கிற விதமான பொதுத் தலைப்புகளில் உள்ள கவிதைகளிலும் என்னை ஈர்த்த பகுதிகள் மட்டுமே இடம்பெற்றிருக்கின்றன.

7. இவை தவிர, 'மூன்று' 'ஐந்து' என்ற பெருந்தலைப்பு களில் எழுதப்பட்ட கவிதை வரிசைகளிலும் எதையும் எடுத்துக்கொள்ளவில்லை – காவியம் போன்ற நீள் தன்மைகொண்டவை, பகுக்க முடியாத முழுமை கொண்டவை என்பதால்.

8. 'வீடணன் தனிமொழி' என்ற படைப்பைச் சேர்க்க வேண்டும் என்று எண்ணினேன். தனித்துவமான வேக மும் செறிவான மொழியும் கொண்ட உரைநடைப் பகுதி அது. மேற்குறிப்பிட்ட 'ஐந்து' என்ற காவியத்தின் ஒரு பகுதி. மேற்சொன்ன காரணத்தாலேயே சேர்க்க வில்லை.

ஆக, இது நகுலன் கவிதைகள் தொகுப்பு அல்ல. 'நான் காணும் நகுலன்' என்று சொல்வதுதான் பொருத்தம். அவரைப் போன்று, வெளிப்பாட்டு முறையில் விதவிதமான பரிசோதனைகளும், வெளிப்படையாகப் பேசுவது போன்ற தொனியில் ரகசியமான உட்தளங்களை எழுப்புவதுமாகச் செயல்பட்ட, பிரக்ஞைபூர்வமான ஒரு கவிஞரின் கவிதை களில், 'தேர்ந்தெடுப்பது' அவ்வளவு சுலபமான பணியல்ல. வாசகரும் இந்தத் தொகுப்பை ஒரு நுழைவாசலாகக் கொண்டு நகுலனின் ஒட்டுமொத்தப் படைப்புலகுக்குள் பிரவேசிக்கலாம்.

மற்றபடி, இதுபோன்ற தேர்ந்தெடுக்கப்பட்ட கவிதைத் தொகுப்புகள் சம்பந்தமாக, 'வேறொருவர் தொகுத்திருந் தால் வேறு பல கவிதைகள் இடம்பெற்றிருக்கும்' என்கிற ஆதங்கம் எழத்தான் செய்யும். இந்தத் தொகுப்புக்கும் அந்த விதி செல்லுபடியாகும்.

பல தொகுப்புகளாக வெளிவந்துள்ளபோதும் நகுலனின் கவிதைகளை மிக நீண்ட ஒரே கவிதையின் சிதறலான பல அலகுகளாகத்தான் காண்கிறேன். அக்கவிதையில் எனக்குப் பிடித்த வரிகளாகத் தேர்ந்து தொகுத்திருக்கிறேன்.

சென்னை
11.11.2012

யுவன் சந்திரசேகர்

சிலை

சிலை முன்
பல பேசி
என்ன பயன்?

•

வலைவீசி
விலை பேசி
பல பேசும்
சிறு மானுடன்
சிலை முன்
பல பேசி
என்ன பயன்?

•

(கற்சிலை முன்
கம்ப மென
மௌனி யென
நிற்கும் நிலை
ஏன்?)

•

பேசிப் பேசி
வாசிக்குப் பேசி
வசதிக்குப் பேசி
நக்கிப் பேசி
நாசமுறப் பேசி
பல பேசிச்
சேதி சொல்லி
சாதனை செய்து
வாசனை யாட்ட
வாதனை யுற்று
சாதனை செய்து

•

கூத்தனே,
ஓலமிடும் நின்னுடுக்கை;
ஓலமிடும் நின்னுடுக்கை;
என்ன ஓலமிடும் நின்னுடுக்கை?
சாவுக்கும் அர்த்தமுண்டு;
சம்போகத்தில் நாசமுண்டு.

•

கூத்தனே,
உடுக்க ஒரு முழம்
உண்ண ஒரு நாழி
உடன்கூட ஒரு நங்கை
எடுத்து வளர்க்க ஒரு மகவு
அண்டமெல்லாம் எடுத்து சாட ஒரு உள்ளம்
அதுவே உன்னை நினைந்து
மடங்கிக் குவிய நாட்டம்;
இவையன்றோ
மனிதரென நாமம் தரித்தார்
நாடக் கடன்பட்டார்.

•

வர்ணபேதம்

கற்புக்கு முல்லை;
கடவுளுக்குத் தாமரை;
காமத்துக்கு அல்லி;
என்று சொன்னால்,
முல்லைக்கு வெள்ளை;
தாமரைக்குச் சிவப்பு;
அல்லிக்கு இருட்டு;
என்று சொன்னால்,
முல்லை மலரும்
அல்லி சோரும்
தாமரை மலர
முல்லை சோரும்;
அல்லி மலர
என்ன சொல்ல?
என்று சொன்னால்
எங்கு சென்றால்
என்ன செய்தால்,
அல்லி முல்லையாக
முல்லை மரையாக,
மரையும் அல்லி மலராக
மாற்றத்தில் மாற்றமுற,
ஏகம் அநேகமாக
அநேகம் ஏகமாக
வருவது உண்டோ?
செய்வது அரிதோ?
என்று சொன்னால்?
பேசிப்பேசிப்
பசித்து
வாசம் புரியும்
வாசிக்கும் நாசமுண்டு.

.

சிலை முன்
கற்சிலை முன்
பேச்சென்ன?
மூச்சென்ன?
சிலை பேச?
ஆலயம் ஒலிக்க
கல்லும் கலிக்கச் சிறு மானுடன்
செவி சாய்த்துக்
கேட்டான்?
சிவனுக்கு முண்டோ
செவ்விய நா
கண்ணுண்டோ?
செவியுண்டோ?
சொல்.

•

சிலை பேசும்;
மோனம் ஞான வரம்பு;
சிலை பேசும்
வாய் குவிய
வாக்கு அகல
ஒளி மூளை
உள்ளம் பேசும்;
சிலை பேசும். சிவம்,
சதாசிவம்
பேசும்,
சிலை பேசும்.
நல்லவர்க்கு ஒரு சொல்
அவரினும் மிக்காருக்கு
அதுவும் மிகை.
மோனம் ஞானவரம்பு
சிலைபேசும்.

•

அடிமனம் அரற்றும்
அமரரும் செவிசாய்ப்பார்.
சிலைமுன் சிவரூபமாகி
சொல்லும் ஒரு சிவஞானி
"சித்துச் சொல்லும்
சேதி இது;
சிலை சொல்லும்
சரிதை இது;
மனமே
மண்ணாகி மரமாகிப்
புல்லாகிப் புள்ளாகிக்
கல்லாகிக்
கற்பாந்த காலம்
கிடக்காயோ?"

•

சிலை பேச
மண் பேசும் மரம் பேசும்
புல்லும் பேசும் புள்ளும் பேசும்
கல்லும் கலிக்கும்
எல்லாம் பேசும்,
எதுவும் பேசும்.

•

மண் சொல்லும்
"அடிப் புழுதியாகி
அகில ரூபமாகி
அடித்த சிலையாகி
நிற்பவன் நான்."

•

மரம் பேசும்
"பூத்துக் குலுங்கிப்
பெற்றுப் பெருகிப்
பலரும் பயன்பட
நிற்கும் நான்
நாவடங்கிய நந்தி
காண்."

•

புல்லு சொல்லும்
"விசும்பின் அருள்சொரிய
புல்லும் ஒளி சூடும்;
புவனம் புன்னகைக்கும்;
புல்லைக் கண்டு,
பூசை கண்டு,
புவனதேவனைத் தெளிவர்;
வான் விட்டு விண்ணிழிந்து
மண்ணின் மீது
ஒரு கதிர்ப் பச்சையாகி
அசைந்தாடி நின்றேன்.
காண் நான்."
புள்ளும் சிலைக்கும்
"இரு சிறகடித்து
இமைக்கு முன்
மண்நீத்து விண்ணேகும்
என்னைப்
புள்ளென்று சொன்னவன்
பேதை;
புண்ணிய முதலே
காண் நான்."

•

கல்லும் கற்பனை கடந்த சொல்லும்
"உள்ளும் புறமும் ஒன்றேயாக
அல்லும் பகலுமற்று,
சாதனையும் வாதனையும் நீக்கி,
தற்சொரூபமாகச்
சடத்தில் சித்தாகும்
என்னைக் கல்லென்று
சொல்லின் என்;
சொல்லென்று பேசின் என்;
சதாசிவமே காண் நான்"

•

சிலைக்கு முன்
சிலையாகி நின்றால்
வலைவீச வேண்டாம்
விலைபேச வேண்டாம்
பேச்சும் மிகை;
செய்கையும் பொய்;
சிலைக்கு முன்
சிலையாகி நின்றால்

•

கொல்லிப்பாவை 1

திரௌபதி அவள்
வந்து போகும் அருச்சுனன் நான்
வில்லெடுத்துக் கணைபூட்டி
நாண் வளைத்துக் குறிவீழ்த்திச்
சௌரியம் காட்டிச் சமர் செய்து
காதல் பெற்றான் ஒருவன்.
ஆனால்
வந்து போகும் அருச்சுனன் நான்.
நாக்கடித்து
வாய்ப்பறை கொண்டு
வேதாந்தக் கயிறு திரித்து
அவள் உருகக் கண்டு
உள்ளம் குலைந்து
உரம் வேண்டி
வந்து போகும் அருச்சுனன் நான்
.

திரௌபதி அவள்;
நெற்றித் திலகமும்
நெறிமிக்க வாழ்வும்
கைத்திறனும் கலைப்பொலிவும்
மிக விளங்க,
நேர் நோக்கும் நிமிர்நடையும்
பொலிவூட்டக்
கல்வி கற்றுத் தொழில் புரிந்து
காரியத் திறனும் கருத்துறுதியும்
பூண்ட
இந்நங்கை நல்லாள் அர்ச்சுனன் தன்
அவ நம்பிக்கை உருவறிவாளா?
அன்று

சுற்றத்தார் முகம் நோக்கி
களம் தனில் கை சோர்ந்தான்.
அதன் முன்னர் விதிமுன் தலை வணங்கி
உருமாறி பேடியானான் அவன்.
என்றாலும்
கண்ணன் கை கொடுக்க
உள்நின்ற சௌகரியம் எடுத்துதவ
முன்னோக்கித் தருக்குடன் திரிந்தான் அவன்.

•

திரௌபதி அவள்;
தூய்மையின் ஊற்று
பலர் கண்டும் உருவ அமைதி பெற்று
பேடியெனச் செயலிழந்து
தன்னைக் கண்டு மயங்கித் திரிவோனை
"வாழ்க்கைப் பாடி வீடு சென்று
வாகை சூடி வா
காத்திருப்பேன்" என
மௌனத்தில் ஞானம் பேசி
முறுவல் பூத்துக் கற்பின் வைரப்படை
தாங்கி நிற்கும் கொல்லிப் பாவை அவள்.

•

திரௌபதி அவள்
வந்து போகும் அர்ச்சுனன் நான்.

•

கையெழுத்து

(என்னுள் நான் ஒரு எழுத்தாளன் என்பதை
முதலில் போதமூட்டிய க.நா.சு.விற்கு)

சுசீலாவின் கைவிரல்கள்
பார்த்த பரவசம்
அறையில் மீண்ட பிறகும்
அதன் பாதிப்பு;
ஐந்து விரல்களையும் இணைத்து
விரித்த வெற்றிலை போன்ற
என் கை கண்டு வெறிக்கின்றேன்.
ஒரு கணம்
கபிலரின் கை நினைவு;
மறு கணம்
"எவ்வளவு பாபகிருத்தியங்கள்,
துஷ்பிரயோகங்கள்,
மனமறிந்த பொய்கள்"
இவ்வளவும் ஒரு கைப்பரப்பில்
அரசு செலுத்துகின்றன.
என்ற நினைவில் மனம் புரட்டுகிறது
அப்படி எழுதத் தெரியாதவனுமில்லை
எல்லாம் எதற்காக?
பாஸ்டர்நாக் கவிதை ஞாபகம் வந்தது.
"உனக்கு உரியவை அனைத்தையும் கொடுப்பது —
இதுதான் படைப்பு."
அப்படி இல்லாமல்,
காது செவிடாகக் கூக்குரலிட்டு ஆக்கிரமிப்பது
அது இல்லை.

எவ்வளவு கேவலம்
எழுதுவதற்கு ஒன்றும் இல்லாமல் எழுதிக்குவிப்பது.
அதன் பொருட்டு அனைவரும் பாராட்டுவது என்பது."
அகஸ்மாத்தாகத் திரும்பிப் பார்த்தபொழுதுஎன் நாய்
(எனக்கும் ஒரு நாய் இருக்கிறது) அதன் வாலைத்
துரிதமாக ஆட்டியது.
எனக்கு என்னிடமிருந்து எப்படித் தப்புவது என்று
தெரியவில்லை.
அடுத்த கணம் ஒரு பிரமை.
என் கையில் தொழுநோய் பிடித்துவிட்டது போல்.
இந்தக் கையை வைத்துக் கொண்டு நான்
எவ்வாறு சுசீலாவை அணுக முடியும்?

●

சிலேடை

வெற்றிலையும்
விரிமுலையும்
விரிகின்ற
செம்மலரும்
என்னைச்
சொல்லாமல் சொல்லி
கொல்லாமல் கொல்லும்

●

அது

காதலுக்குப் பின்
தொழிலின் இறுதியில்
உலகைவிட்டுப் பிரிகையில்
சாவுக்கு அப்பால்
முதலுக்கும் முடிவுக்கும்
முன்னும் பின்னும்
முழுவதுமாகப்
பின்னிப் பிணைந்து
நில்லாமல் நிற்பது
இல்லாமல் இருப்பது
தெரியாமல் தெரிவது
சொல்லாமல் சொல்லிக் கொள்வது
எல்லோரும் நினைப்பது
யாவரையும் கடந்தது
புலனுக்குப் புரியாதது
பொருளுக்குச் சிக்காதது
என்றுமே கேள்வியாக
எஞ்சி நிற்பது
அது அதுவே.

மழை: மரம்: காற்று (4)

இன்று நான்காவது நாள்
மணி 6
வழக்கமாக
2:30 மணிக்கே
இந்த வெளித்திண்ணையில்
வந்து உட்கார்ந்திருப்பவன்,
இந்தக் கவிதைத் தொடரை
எழுத உட்கார்பவன்,
டெல்லியிலிருந்து வந்த
உறவினர்– அதிதிகளை
ஊர் காண்பிக்க
அழைத்துச் சென்றவன்
இப்பொழுதுதான்
என்
சற்றே சாய்வான
நாற்காலியில்
அமர முடிந்தது
இன்று வானம் ஒரே
மழை மூட்டமாக இருந்தது
காற்றின் அசைவில் கூட
தண்ணீரில் தோய்ந்த ஒரு ஓசை
மழைத் துளிகள்
வெளித் திண்ணைக்குக் கீழ்
வரிசையாக ஐந்து படிகள்
பிறகு அந்தச் சிமிண்ட் தளம்
சிமிண்ட் சுற்றுக்கட்டு
அதன்மேல் அந்தச் சிமிண்ட்
சதுரத் தொட்டி
அதன் முகப்புச் சுவரில்
பிள்ளையார்

அதன் உள் துளசிச்செடி
பிள்ளையார் கீழும்
நான் மேலுமாக
அதைவிட
நந்தனைப் போல்
நான் வெளியே நிற்கிறேன்
நானும் ஒரு பறையன்தான்
அதில்தான் எவ்வளவு சௌகரியங்கள்
எல்லாக் குழுவிற்கும்
வெளியில்
இருப்பதில் ஒரு தனி சௌகரியம்
எதிர்காணும்
புல்வெளியில்
நடுவில்
நடக்கும் பாதங்களால்
ஒரு செம்மண்
கால் நடைபாதை
நேற்று அம்மா
என் முன்
உட்கார்ந்திருந்தாள்
பிள்ளையாருக்கு அடுத்தபடியாக
நேற்று 5:30 மாலை
வலது சுவரின் ஓரம்
ஒரு அரளிச் செடி
கம்பி மத்தாப்பூவைக் கொளுத்தினால்
ஒரு ஒழுங்கில் சிதறும்
ஒளிக் கொத்தைப் போன்ற
பச்சைச் சிதறல்கள்
அதன்மீது ஒரு புள்ளிக் குயில்
தினம்
5:30 இங்கு இது வந்து
அந்த அரளிக் காய்ப்
பாலை எவ்வளவு ருசியாகக்
குடிக்கிறது,
பார்; இத்தனைக்கும் அது
விஷம்

நான் பார்த்தபொழுது
அது அதைத்தான் செய்துகொண்டிருந்தது.
அம்மா ஏன் அப்படிச் சொன்னாள்
என் இடது பாகத்தில்
நீளமான சாய்வு நாற்காலியில்
அவர் நீட்டிப் படுத்துக்கொண்டிருந்தார்
அவர் அருகில் இருக்கிறார்
என்பதே
நான் அவரைப் பார்க்காவிட்டால்
அந்தப் போதமே
எனக்கு ஒரு உள் உதறலைக்
கொடுக்கிறது.
இப்படிச் சில வேளைகள்
வந்த அதிதிகளில்
புருஷன் மனைவி
அவர் பார்ப்பதற்கு
பகட்டில்லாத மனிதர்
(அவர் பதவியைப் பார்க்கையில்)
கனமான மூளையை
உடையவர்
பார்ப்பதற்கு ராமநாதன்
மாதிரி இருந்தார்
என்னைக் கேட்டார்
"நீங்கள் ஏன் எழுதுகிறீர்கள்?"
"நான் என்னையே தேடிக்
கொண்டிருக்கிறேன்."
அவர்
"ஏன்?" என்று என்னை மீண்டும் என்னைக்
கேட்டார்.
மௌனம் என்னைக் கைதட்டி அழைத்தது
காற்று அசைந்து கொண்டே இருக்கிறது
மழை பெய்யாவிட்டாலும்
ஒரு ஈரக் கசிவு
எங்கும் வியாபிக்கும்
அந்தரத்தில்
தென்னையின்

பச்சை இலைகள்
செம்பருத்திச் செடியில்
கிளை நுனியில்
தொங்கும் சிவப்புப் பூக்கள்
வாழை இலையில்
சாம்பர் பூத்த
அடிப்பச்சை
பாதையில் மனித சஞ்சாரமில்லை
அம்மா
சொன்னது நினைந்து
மனமோடுகிறது.

•

"மையோ
மறிகடலோ
மரகதப் பச்சையோ
அய்யோ
இவளழகு"

•

"நென்னல் கண்ட
திருமேனி
இன்று
நிலை தளர்ந்து
வாடுவதேனோ?"

•

தெருவில் யாரோ
ஒரு பிச்சைக்காரன்
அவன் கால் புண் மீது
ஒரு பச்சைத் தளம்
மழை வாரா விட்டாலும்
காற்று "முனகி"க்
கொண்டே இருக்கிறது
பறவைகள்
உள் அடங்கி விட்டன.
"மௌனி"யின்

கதை ஒன்றில்
வாசல் ஜன்னலூடு
வெளித் திண்ணைக்கப்பால்
தலைவிரித்து
நின்று கொண்டிருந்த
ஒரு மரத்தை
ஒருவன்
வீட்டில் தான் தனியாக இருந்தவன்
வெறித்துப் பார்த்துக்
கொண்டிருந்தான்
என்று ஒரு கட்டம்
இவனும் வெகுதூரம்
சென்றிருக்கிறான்.
"பட்டுப்போன ஆரஞ்சு மரத்தின் கவிதை"
விறகு வெட்டி!
என் நிழலை வெட்டு;
எனக்கு
நானே ஒரு மலடியாகப் போகும்
நிலைமையைப் பார்த்துக் கொண்டிருக்கும்
அவஸ்தையிலிருந்து
என்னை விடுவி!!

•

கண்ணாடிகள் சூழ
நான் ஏன் பிறந்தேன்
பகல் பொழுது
என்னைச் சுற்றி வட்டமிடுகிறது
ராத்திரியில்
ஒவ்வொரு நக்ஷத்திரமும்
என்னை ப்ரசவிக்கிறது

•

நான் என்னைப்
பார்த்துக் கொண்டிருந்து
வாழ விரும்பவில்லை

•

எறும்பும்
கழுகும்
எனது இலைகளும்
பறவைகளுமாக
நான்
கனவு காண்பேன்
விறகு வெட்டி!
என் நிழலை வெட்டு;
எனக்கு
நானே ஒரு மலடியாகப் போகும்
நிலைமையைப் பார்த்துக் கொண்டிருக்கும்
அவஸ்தையிலிருந்து
என்னை விடுவி!!
மணி 7:5
வெளித் திண்ணையும்
அதன் முன்னுள்ள புல்வெளியும்
இருளில் மறைகின்றன.
•

நான் சற்றே சாய்வான
நாற்காலியிலிருந்து
விடுபடுகிறேன்
•

மழை: மரம்: காற்று (10)

ரகு,
நான் மீண்டும்
சொல்கிறேன்;
•

நான்
புதுக்கவிஞனே
இல்லை என்னைப் புதுக்கவிஞன்
என்று
யார் சொன்னது?

"எனக்கு...
ஆங்கிலம் தெரியாது,
தமிழ் வராது"

என்றாலும்
நான் புஸ்தகங்களில்
வாழ்பவன்
என்னை வேறு தள்ளும்
மனிதர்கள்
அவர்கள்
மறுபடியும்
வந்து சேரும் பொழுது
அவர்கள் கூடப்
பழகுகிறேன்.
ரகு,
இங்கு நாம் வரும்பொழுதும்
போகும் பொழுதும்
தனியாகத் தான்
வருகிறோம் - போகிறோம்.
அப்படியென்றால்
ரகு
யாருக்கு யார் துணை?
நாம்
என்னதான்
செய்துவிட்டோம்?
அவன் கூறிய
மாதிரி
இது வீடு
இது பாலம்
இது புனல் சிதறும் செயற்கை
ஊற்று
வாசல் கதவு
ஜாடி
பழ - மரம்
ஜன்னல்
இருக்கலாம்:

ஸ்தூபி
கோபுரம்?
என்று சொல்வதைத் தவிர?

.

ஆனால்
ரகு,
ஒன்று சொல்ல
விரும்புகிறேன்
இந்த எட்டு நாட்களாக
எல்லோரையும்
விட்டு விட்டு
இந்தச் சற்றே சாய்வான
நாற்காலியிலிருந்து
கொண்டு
நான் தனியாக
என்று இல்லை
நானே இல்லாமல்
இந்த வெளிச்சத்தில்
இந்தக் காற்றில்
இந்த வெயிலில்
இந்த நிழலில்
இந்த ஜோடி மைனாக்கள்
அவர் இறைத்த அரிசிகளை
சிக் சிக்
என்று கத்திக்
கொண்டு
கொறிப்பதை
இந்தத் தென்னை மட்டைகள்
காற்று ஏறி இறங்கி வீச
உல்லாசமாகத்
தலையாட்டுவதை
வேறு மரங்கள்
அசைவற்று
நிற்க

நான்
என்னை விட்டுச் செல்லும்
நழுவல்
விடிந்தால்
உலகம் நமக்குக் காத்துக்
கொண்டிருக்கிறது;
அதிலிருந்து
இப்படிக் கழன்று கொள்வதில்தான் நமது
விமோசனம்

●

இவனும் வெகுதூரம்
சென்று திரும்பி வந்தவன்
தான்
சொல்கிறான்

●

"கொழுந்தினைக் காணிற் குவலயந் தோன்றும்
எழுந்திடங் காணில் இருக்கலுமாகும்
பரந்திடங்காணில் பார்ப்பதி மேலே
திரண்டெழக் கண்டவன் சிந்தையுளானே"

மணி 2 இந்தச் சுபதினத்தில் இந்தக் கவிதை
முற்றுப் பெற்றதைக் குறித்து நான்
மகிழ்ச்சியுறுகிறேன்.
என் எதிரே திறந்த வெளி; சாந்தமான வெயில் ஒளி.

●

பூ

தெரிந்ததுதான்
இப்பொழுது இன்னும்
தெளிவாகவே தெரிகிறது.
காசியபன் சொல்லவில்லையா?
அல்லது சொல்கிறாரா?
"சொல் ஒரு அடையாளம்
அடையாளத்துக்கு
அடிமைப் படாதே
ஏமாந்து போவாய்"
சொல்லுதல் என்பது கூட
ஒரு ஏமாற்றம் என்பதுதான் போலும்
உதாரணமாக
"கூடவே சுமந்து வரும்
என் கடவுளுக்கு."
"காசியபன்" சொல்வது போல்
சொற்கள் நம்மை ஏமாற்றுகின்றனவா?
அல்லது கவிஞன் சொற்களைத்
துகிலுரித்துக் கொண்டே இருக்கின்றானா?
ஏதோ ஒரு வெறி
எங்கிருந்தோ ஒரு வேகம்;
"பூ" என்று உதறிச் சென்று
நான் என் பயணத்தைத் தொடர்கையில் கூட
அந்த சாக்ஷாத் சந்தர்ப்பத்தில் கூடப்
பூ என்னைக் கண்டு
சிரிக்கின்றது – தோன்றுகிறது.
"சாரலின் கடுஞ்சினத்தில்" கூடப்
"பூ மோகம்" உன்னை விடுவதில்லை

அர்த்தமற்றப் பெரு வெளியில்
இதழ் இதழாக
ஒரு பூ விரிவதைக் கண்டு
பூ என்று உதறி எழுந்து
போக விரைந்தவன்
பூ என்று சொல்லி
வாயடைத்து நின்றேன்.

•

அலைகள்

நேற்று ஒரு கனவு
முதல் பேற்றில்
சுசீலாவின்
கர்ப்பம் அலசிவிட்டதாக.
இந்த மனதை
வைத்துக் கொண்டு
ஒன்றும் செய்ய முடியாது

•

இல்லாமல் இருப்பது

இருப்பதற்கென்றுதான்
வருகிறோம்
இல்லாமல்
போகிறோம்.

•

எல்லைகள்

அவன் எல்லைகளைக் கடந்து கொண்டிருந்தான். ஒரு காலைப் பின் வைத்து ஒரு காலை முன் வைத்து நகர்வதில் தான் நடை சாத்தியமாகிறது. இரு காலையும் ஒரு சேர வைத்து நடந்தால் தடாலென்று விழத்தான் வேண்டும். எல்லை தாண்டாமல் நின்றால் "அவன் அதுவாகும் விந்தை." நெளிந்து நெளிந்து தன் வளையமாகத் தன்னையே சுற்றிக் கொண்டு கடைசியில் தலையும் வாலும் ஒன்று சேர வெறும் சுன்னமாகச் சுருண்டு கிடக்கும் நிலை.

•

அவன் எல்லைகளைக் கடந்து கொண்டிருந்தான். ஒன்றிலும் நிச்சயமில்லாத மனிதர்கள், அல்குலின் அசைவுகள், "சுபாவஹத்தியை" விழையும் மனதின் பரபரப்பைத் தூண்டிவிடும் ஸ்தாபனங்கள் சில்லறை சில்லறையாகத் தன்னை இழப்பதால் வந்து சேரும் கசப்புகள். காலக்கறையான் தின்று கொண்டிருக்கும் மேதைகளின் சிற்ப – சிதிலங்கள், இறந்தவர்களின் சாந்நித்தியம் இருப்பவர்களின் மிரட்டல் – இவை யெல்லாம் பின்தங்க அவன் எல்லைகளைக் கடந்து கொண்டிருந்தான்.

•

அவன் பயணம் இன்னும்
தொடர்ந்து கொண்டுதான்
இருந்தது. நடுவில் யாரோ
ஒருவர் அவனை நோக்கி
“நீங்கள்?” என்று உசாவ
அவனுக்கு அவன் பெயர்
கூட மறந்துவிட்டது

•

தன் மிதப்பு

யார் தலையையோ சீவுகிற
மாதிரி அவன் பென்சிலை
சீவிக் கொண்டிருந்தான்.
அவனைப் போல் பென்சிலும்
பேசாமல் இருந்தது – அது
கூடத் தவறு. அந்த நிலையில்
அவன் தன் கழுத்தை இன்னும் இவனுக்குச்
சௌகரியமாகச் சாய்த்துக்
கொடுத்திருப்பான் – இந்த
நிலைமையையும் தன்னு
டைய வெளித் தெரியாத
ஆற்றலால் சமாளிக்க
முடியுமென்ற தன் மிதப்பில்.

•

இன்னும் மூன்று வருஷங்கள்

என்று சொன்னார்கள்:
இதைப் போல
எவ்வளவோ மூன்று வருஷங்களை
அவை
போகிற போக்கிலே விட்டிருக்கின்றான்
திரும்பிப் பார்க்கையில்
காலம் ஒரு இடமாகக் காக்ஷி
அளிக்கிறது
பார்த்துப் பழக வேண்டும்
என்றவர்களைப் பார்த்தும்
அவர்களுடன் பேசிப் பழகாமல் சென்றிருக்கிறான்;
வாங்கின புஸ்தகங்கள்
இன்னும் அலமாரியில்
கண் விழித்துக் காத்துக் கொண்டிருக்கின்றன.
தன்னை யாரோ என்று
நினைத்துக் கொண்டு

மூலஸ்தானத்தின் அருகில்
சந்தித்தவரை
மூலவராக நினைத்து
எவ்வளவு
ஏமாற்றங்கள்
அடைந்து அவஸ்தைப்
பட்டிருக்கிறான்.

இப்பொழுது இலைகள்
இன்னும் பச்சையாகத்

தங்களைக் காண்பித்துக்

கொள்கின்றன.
பூக்கள் – இன்னும் பூர்வமாக
அபூர்வமான பூக்களாகத்

தங்களைத் தெரிவித்துக்
கொள்கின்றன.

படித்த எழுத்துக்களெல்லாம்
கறுப்பும் வெளுப்புமாக இன்னும்
எத்தனை காலங்கள் நாங்கள்
இருப்போம் என்று அவனைப்
பார்த்து

எகத்தாளமாகச் சிரிக்கின்றன.
வெளியில் கண்ட மரங்கள் எல்லாம்
வீட்டுச் சாமான்களாகப்
பரிமாணமுற்று மௌனமான
நித்தியத்தில் மூழ்கியிருக்கின்றன.
சுசீலா கடைசியாக அவனை
விட்டுச் சென்ற சமயத்தில்
அவள் சொல்லிச் சென்றது
நினைவில் வந்தது;
இனிமேல்
நீ தனியாகத் தான்
இருக்க வேண்டும் இல்லையா?
அவனுக்குத் தோன்றியது;
"தனியாக இருக்கத்
தெரியாத – இயலாத
ஒருவனும்
ஒரு எழுத்தாளனாக
இருக்க முடியாது" என்று.
இன்னும் மூன்று வருஷங்கள்
வாசல்படி ஏறி வெளித்

திட்டையை அடைந்த
நாகசாமி
அவன்

சூரல் நாற்காலியில் செத்துக்
கிடந்ததைக் கண்டான்
அதிலும் ஒரு சேர்ச்சை
இருப்பதாகத்தான் அவனுக்குத்
தோன்றியது
அவன்?

•

வழக்கம் போல்

வழக்கம் போல் வெளி வாசல்
திண்ணையில் சூரல் நாற்காலியில்
உட்கார்ந்திருக்கின்றான்.
அந்தி மயங்கும் வேளை –

அதற்கு முன்; ஒளியும் நிழலும்
பக்கத்தில் பக்கத்தில் காணும்
போது அவனை ஒரு விசித்திர
உணர்ச்சி சூழ்கிறது. வெயிலில்
மண்சுவரில் இலை, நிழல்களைக்
காணும்பொழுது கலையின்
வசீகர – சக்தி அவனை ஆட்கொள்
கிறது.
வெயில் மறைகிறது

நிழல் மெல்ல மெல்ல இல்லாமல்
ஆகும் நேரம் நெருங்குகிறது.
இலைகளும் மரங்களும்
மங்கலாக மயங்கிக் கிடக்கும்
தோற்றம். தென்னை மரத்தின்
உச்சியில் ஒரு ஒற்றைக்
காகம் மெல்லக் கா கா என்று
குரல் கொடுக்கிறது. கையெழுத்து
மறையும் வேளை என்று
சொல்கிறார்கள். பிரமலிபியும்
என்று கூடச் சொல்லத் தோன்
றுகிறது. "பட்" டென்று நிழல்கூட
இல்லாமல் போகிறது. இருள்
எங்கும் "கப்"பென்று பரவுகிறது.
மரம், தந்திக்கம்பம், வீடு –
எல்லாமே மறைகின்றன.
எங்கும் "திட்டு" "திட்டாக"
இருள் மாத்திரம் எஞ்சி நிற்கிறது.
.

ராமச்சந்திரன்

ராமச்சந்திரனா
என்று கேட்டேன்
ராமச்சந்திரன்
என்றார்
எந்த ராமச்சந்திரன்
என்று நான்கேட்கவில்லை
அவர் சொல்லவுமில்லை.

●

ஸ்டேஷன்

ரயிலை விட்டிறங்கியதும்
ஸ்டேஷனில் யாருமில்லை
அப்பொழுதுதான்
அவன் கவனித்தான்

ரயிலிலும் யாருமில்லை
என்பதை;

ஸ்டேஷன் இருந்தது,
என்பதை

"அது ஸ்டேஷன் இல்லை"
என்று நம்புவதிலிருந்து
அவனால் அவனை
விடுவித்துக் கொள்ள

முடியவில்லை
ஏனென்றால்

ஸ்டேஷன் இருந்தது.

●

கோட்–ஸ்டாண்ட் கவிதைகள்

1

அலுப்பு
அவனுக்கு
வாழ்க்கை அலுத்துவிட்டது
அவன் 59 வயதில்
அப்படியா என்று
கேட்காதீர்கள்

மறுபடியும் அறைக்குள் செல்கிறான்
இப்பொழுது இங்கு

யாருமில்லை

அவள் கூட
அவள்

யார் என்று கேட்காதீர்கள்
உங்கள் துருவிப் பார்க்கும்
கண்களுக்குச் சற்று ஓய்வு
கொடுங்கள்
உங்களுக்கு இதைப் பற்றி
எல்லாம் ஒன்றும் தெரியாது
அக்கறையுமில்லை.
கை எழுதி அலுத்துவிட்டது.
கண் பார்த்து
மூளை சிந்தித்து
மனம் அதையும் – இதையும்
நினைத்து நினைத்து

தேகத்தையே உரித்து
கோட்–ஸ்டாண்டில்
தொங்க விடுகிறான்
அவனை

அது பரிதாபமாகப் பார்க்கிறது
"நீ என்னை இப்படித்
தூக்கி எறியலாமா?"
என்று
அவன் சொல்கிறான்;
"இல்லை நீ அங்கேயே
தொங்கிக் கொண்டிரு;
உன்னைப் பிடித்துக் கொண்டு
நான் தொங்குவதை விட
நீ தனியாகத் தொங்கிக்
கொண்டிருப்பதுதான்
ரண்டு பேருக்கும் நல்லது"
என்று,
சொல்லிவிட்டு
அறைக்கதவைச் சாத்திவிட்டு
வெளியே செல்கிறான்.

•

4

வேறொரு நண்பனைப் பார்க்கச்
சென்றான்
இப்பொழுதெல்லாம் இது ஒரு
பழக்கமாகிவிட்டது
போன இடத்தில் அவன்
வெளியே போய்விட்டான்
என்றார்கள்
"என்னைப் போலவா?" என்று
கேட்கச் சென்றவன்
அதை அடக்கிக் கொண்டு
திரும்பிப் பார்த்ததும்
உடல் அவனைக் கேட்டது
"கஷ்டமாக இருக்கிறது
இல்லையா?"
என்று.

•

5

வெளி வாசல் திண்ணையில்
அவன்:
ஒரு சூரல் நாற்காலி
அருகில்
ஒரு சூரல் வட்ட மேஜை
அதன்மீது
புஸ்தகம் நோட்புஸ்தகம்
பேனா, பாட், அகராதி,
வெற்றிலை பாக்கு புகையிலை
சுண்ணாம்பு வகையறாக்கள்
எதிரில் சிமிண்ட் திட்டையில்
ஒரு செம்புத் தண்ணீர்;
கண் எதிரில்
வெளி முற்றம்
மரம் செடி கொடி
மெல்ல வந்து பறந்து
செல்லும் பறவைகள்
எல்லாமே மங்கலாகத்
தான் தெரிந்தன
வாய் வெற்றிலை பாக்குக்குப்
பரபரத்தது
கண் தெளிவான பார்வைக்கு
மனம் மெல்லத் துடித்துக்
கொண்டிருந்தது.
துடிப்பின் கதி அதிகரிக்க...
அப்பொழுது தான்
ஏதாவது செய்ய முடியும்
ஆனால் ஒன்றும் முடியவில்லை
பின்னால் அடுத்த அறையி
லிருந்து

ஒரு குரல் ஒலித்தது;
என்னைத் தூக்கி எறிந்துவிட்டாய்
இப்பொழுது
தெரிகிறதா?
என்று

·

6

வெளிவாசல் திண்ணையில்
சூரல் நாற்காலியில்
உட்கார்ந்திருக்கிறான்
இருட்டிக்கொண்டு வருகிறது
மங்கல் வெளிச்சத்தில்
எதிரில் இருக்கும்
அரளிச் செடியில்
இந்த அரை இருட்டிலும்
மஞ்சள் மஞ்சளாகப் பூக்கள்
தெரிகின்றன
தெருவில்
போகும் உருவங்கள் தெரியாவிட்டாலும்
குரல்கள் ஒலிக்கின்றன
இதிலும் ஒரு நிம்மதி
முழு இருட்டில் இருக்கப் பயம்
மீண்டும் அடுத்த அறைக்குள்
செல்ல ஒரு பரபரப்பு
எலக்ட்ரிக் லைட்
மேஜை நாற்காலி
புஸ்தகங்கள்
அம்மா அப்பா சகோதரி
குப்பிகள்
வெற்றிலைப் பாக்கு வகையறாக்கள்
ரேடியோ
இப்படியாக இப்படியாக
கோட்-ஸ்டாண்ட் கேட்கிறது
"இப்பொழுது தெரிகிறதா?"

•

7

நள்ளிரவில்
தனியாக
சூரல் நாற்காலியில்
உட்கார்ந்து கொண்டு
எழுதிக் கொண்டிருக்கின்றான்

அருகில்
தரையில்
ஒரு பாம்பு
சுருண்டு கிடக்கிறது
காலம் கண்ணாடியாகக் கரைகிறது
ஒரு நதியாக ஒரு ஜலப்ரளயமாகச்
சுழித்துச் செல்லுகிறது
விறைத்த கண்களுடன்
அதன் மீது செத்த மீன்கள்
மிதந்து செல்கின்றன.
எழுந்து கோட்-ஸ்டாண்டில்
தொங்கிக் கொண்டிருந்த
சவுக்கத்தை எடுத்து
ஒரே தெப்பமாக
நனைந்த
தலையைத் துடைத்துக்
கொள்கிறான்.

•

8

அம்மாவுக்கு
எண்பது வயதாகிவிட்டது

கண் சரியாகத் தெரிவதில்லை
ஆனால் அவன் சென்றால்
இன்னும் அருகில் வந்து
உட்காரக் கூப்பிடுகிறாள்

அருகில் சென்று உட்கார்கிறான்
அவன் முகத்தை கையை
கழுத்தைத் தடவித்

தடவி அவன் உருக்கண்டு
உவகையுறுகிறாள்
மறுபடியும் அந்தக் குரல்
ஒலிக்கிறது

"நண்பா, அவள்
எந்தச் சுவரில்
எந்தச் சித்திரத்தைத்
தேடுகிறாள்?"

•

9

அன்று அவனுக்கு
ஒன்றுமே புரியவில்லை

வெளி வாசலிலா
அல்லது உள் அறையிலா
பகலா இரவா
நேற்றா இன்றா
வீடா கல்லூரியா
அம்மா அவனைத் தொட்டுத்

தொட்டு
உணர்ந்தது போல
அவனுக்கும் தன்னைத்
தொட்டுத் தொட்டுத்
தன்னையே உணர

வேண்டுமென்ற
ஒரு கட்டுக் கடங்காத
ஆவல்

ஆனால் முடியவில்லை
அறை முழுவதும் ஒரு
லேசான நெடி;

எங்கிருந்து?
தரையில்
பேகான் தின்றுவிட்டுச்
செத்துக் கிடக்கும் கரப்புகள்
தரையில்
ஏதோ ஒரு ஜந்து
விரைந்து செல்லும்
சப்தம்

எல்லாம் ஒரே இருட்டாக
இருந்தது

அவனுக்கு இப்பொழுதும்
கோட்-ஸ்டாண்ட்
ஞாபகம் வந்தது
ஆனால் அவன் அது
இருக்கும்
பக்கம் கூடத் திரும்பிப் பார்க்கவில்லை.

●

கடல்

அலைகளைச் சொல்லிப்
பிரயோஜனமில்லை;
கடல் இருக்கிற வரை

●

கவிதை 70

நினைவு ஊர்ந்து செல்கிறது
பார்க்கப் பயமாக இருக்கிறது
பார்க்காமல் இருக்கவும் முடியவில்லை.

●

தான்

கண்டதுதான்
நடந்ததுதான்
கேட்டதுதான்
ஆனால்
நீ
ஒன்றையும்
கண்டுகொள்ளவில்லை
கேட்கவும்
செவிசாய்க்கவில்லை
ஒன்றும்
நடக்கவில்லை
என்றும் சொல்கிறாய்
கடைசியில்
காணாமல்
போய்ச் சேர்ந்தாய்
கண்டிருக்க
வேண்டும்
நடந்திருக்கக் கூடாது
என்ற நினைவுடன்
என்றுதான்
சொல்கிறார்கள்
எஞ்சியிருக்கும் என்னை
ஒன்றுமில்லாமல்
போய்விட்டால் போதும் என்று
ஒரு உள் போதம்
உந்தித் தள்ளுகிறது

.

எல்லாம் என்பதுபற்றி ஒரு கவிதை

வந்தது Zack
எப்பொழுதும் போல்
துயிலிலிருந்து எழுந்தது போன்ற
ஒரு சோர்வு
அவன் முகத்தில்
எப்பொழுதும் அப்படித்தான்
தோல் பையைத் திறந்து
குப்பியை எடுத்ததும்
நான் உள் சென்று
ஐஸ் கொண்டு
வந்ததும்
சரியாகவே இருந்தது
அவன்
ஓவியங்களை நான்
பார்த்திருக்கிறேன்
அவைகளும்
ஒரு குழம்பும் மயக்க நிலையைத்
தான் தெரிவித்தன
வண்ணக் கீறல்கள்
இருட் பிழம்புகள்
தாராளமாகவே
இருவரும் குடித்துவிட்டு
அடிமட்டத்தை
அணுகிக்கொண்டிருந்தோம்
அப்பொழுது
அவன் சொன்னதும் அதை
நான் கேட்டதும்
இன்னும் என் பிரக்ஞையில்
சுழன்றுகொண்டிருக்கிறது
"எல்லாமே
வெகு எளிமையாகத்தான்
இருக்கிறது

ஆனால்
"எல்லாம்" என்பதுதான்
என்ன என்று தெரியவில்லை"
இதைச் சொல்லிவிட்டு
அவன் சென்றுவிட்டான்.

.

நான்

வழக்கம்போல்
என் அறையில்
நான் என்னுடன்
இருந்தேன்
கதவு தட்டுகிற மாதிரி
கேட்டது
"யார்?"
என்று கேட்டேன்.
"நான்தான்
சுசீலா
கதவைத் திற"
என்றாள்
எந்தச் சமயத்தில்
எந்தக் கதவு
திறக்கும் என்று
யார்தான்
சொல்ல முடியும்?

.

கனல் 2

ஒரு
வரிப்புலி
கனல்
உமிழும்
அதன்
கண்கள்
என்
உன்மத்த
வேகம்.

●

இவைகள்

ஒரு பறவையின் நீலச் சிறகு
உன் உள் நோக்கிய பார்வை
நான் வீட்டைப் பூட்டிச்
சென்று வீடு திரும்பியதும்
வீட்டின் கதவிற்கு
முன் தளத்தில்
தபால்காரன்
விட்டெறிந்த
சிதறிக்கிடக்கும் கடிதங்கள்
என் வருகைக்காகக்
காத்துப் பதுங்கி
முகம் பதித்து
கண்கள் நட்டுக்
காத்திருக்கும்
அந்த மஞ்சள் நிறப்
பூனை.

●

அடை

வீட்டுக்
கொல்லையில்
பெட்டைக்
கோழி
அடைகாக்க
என் குச்சுக்குள்
நான் நீண்டு கிடக்க
சுவர்க்கோழி
"க்ரீச், க்ரீச்"
என்று கூவ
சாலையில்
ஒரு பாரவண்டி
நக்ஷத்ர ஒளியில்
மெல்லச் செல்லும்.

●

சுருதி

ஒரு கட்டு
வெற்றிலை
பாக்கு சுண்ணாம்பு
புகையிலை
வாய் கழுவ நீர்
ஃப்ளாஸ்க்
நிறைய ஐஸ்
ஒரு புட்டிப்
பிராந்தி
வத்திப்பெட்டி/ஸிகரெட்
சாம்பல் தட்டு
பேசுவதற்கு நீ
நண்பா
இந்தச் சாவிலும்
ஒரு சுகம் உண்டு.

●

லயம்

பிற்பகலில்
என் அறையில்
நான் தனியாக
"கூ கூ"
என்று குரல் கொடுக்கும்
இந்தக் குயில்
யாருக்கு
எதைச் சொல்கிறது?

இவைகள் 2

இந்திர கோபம்
இது ஒரு பூச்சியின் பெயர்
உக்கிரப் பெருவழுதி
இது ஒரு அரசன் பெயர்
யோக நித்ரை
இது ஒரு தத்துவச் சரடு.

சந்தை

செத்த வீட்டில்
துக்கம் விசாரிக்கச்
சென்று திரும்பியவர்
சொன்னார்
"செத்த வீடாகத்
தெரியவில்லை
ஒரே சந்தை இரைச்சல்"

அங்கு

"இப்பொழுதும்
அங்குதான்
இருக்கிறீர்களா?"
என்று
கேட்டார்
"எப்பொழுதும்
அங்குதான் இருப்பேன்"
என்றேன்.

●

இரு கவிதைகள்

1 மிகவும் நாணயமான மனிதர்
  நாணயம் என்றால் அவருக்கு உயிர்

  ●

2 (எஸ். வைத்தியநாதனுக்கு)
  எல்லாம்
  நீலநிற
  உன்மத்தப் பூக்களாகவே காணப்படுகின்றன.
  பிராந்தி மயக்கத்தில் இல்லை;
  மனப்பிராந்தியின்
  ஒரு நிலையில்
  என்று வைத்துக் கொள்.

  ●

ஒரு குரல்

பல சமயங்களில்
அகஸ்மாத்தாகவே
குறளிலிருந்து
இந்த
அல்லது
அந்த
அல்லது
வேறு ஏதோ
ஒரு வரி
பிரக்ஞையின்
மேல் தளத்தில்
அடியிலிருந்து
வருகிறது
ஒரு உதாரணம்
திருவுடையராதல்
வேறு
தெள்ளியராதல்
வேறு
இது பற்றி
அதிகமாகவே
யோசிக்கிறேன்
அனுபவம் அப்படி.

பார்த்தேன்

என் நாற்காலியில்
இருந்துகொண்டு
ஒரு பிடிபடாத வேளையில்
இதை எழுதிக்கொண்டே
இருந்தவன்
மனம் அசைபோட
அகஸ்மாத்தாகக்
கீழே
நாற்காலி அருகில்
அந்த மஞ்சள் நிறப் பூனை
என்னையே
பார்த்துக்கொண்டிருப்பதைப்
பார்த்தேன்.

●

வேறு

உலகச் சந்தையில்
ஒரு மனிதன் போனால்
இன்னொருவன்

உனக்கென்று
ஒரு லாபநஷ்டக்
கணக்கிருந்தால்

விஷயம் வேறு.

●

ஐந்து கவிதைகள்

4

அவள் சாவு
இன்றும் இவனை
என்னவோ செய்கிறது
இந்த ஊரில்
எல்லாமே
தலைகீழாகத்
தொங்குகிறது
மனித உடல்களில்
வீடுகள்
முளைத்திருக்கின்றன
இவர்களில் பலர்
எப்பொழுதுமே
சிடுசிடுத்த
முகங்களுடனேயே
காணப்படுகிறார்கள்
எங்கேயோ
யாரோ போவது
மாதிரி தோன்றுகிறது
உற்றுப் பார்த்தால்
யாருமில்லை

.

4. பெண்ணின் ரூப சௌந்தர்யம்
கலை எழுப்பும் ஏகாந்த நிலை
சுவரில் ஒரு சிலந்தி

•

5. உள் நின்று
சலிக்கும் காற்று
உள்ள வரை

•

நீயிருக்க
நானிருக்க
நேற்று
இன்று
நாளை
என்ற நிலை
ஒன்றும் இலை
ஒன்றுமே இல்லை

•

8. உன்னையன்றி
உனக்கும் வேறு யாருண்டு?
அதுவும் உன் கைப்பாவை.

•

அலைகள்

காற்றின் உருவில்
கனவின் நிலையில்
நினைவின் தடுமாற்றத்தில்
உயிரின் ஊர்ஜிதத்தில்
மறதியின்
ஞாபக அலைகளில்
கண்ணாடியின்
ரசப்பூச்சில்
கற்பனையின்
ஏகாந்தத்தில்
"உனதாகும் சாக்காடு" என்ற
வார்த்தைத் தொடரில்
கண்டு சிரிக்கும்
பேராற்றலில்
ஒருவரும்
சாவதில்லை என்ற
அனுபூதி ஞானத்தில்
நான்
இல்லாமல் போனால் என்ன
என் புத்தகங்கள்
எனக்கு வந்த கடிதங்கள்
நான் கண்ட மனிதர்கள்
என்னைப் புரிந்து கொண்டவர்கள்
என்னைப் பார்க்காமலேயே
என்னைப் பற்றி
நினைப்பவர்கள்
காலியான
பிராந்திக் குப்பிகள்
அவர்கள்

நீ கள்
நான் கள்
அவர் கள்
என்ற நினைவுகளில்
ஆஸ்பத்திரிச் சூழலில்
மயான அமைதியில்
அனுபவம் மூலம்
அறிவு தெளிகையில்
என் இதழ்கள்
உதிர்க்கும் அர்த்தமற்ற
சப்த அலைகளில்
ஆருமில்லாத பிரதேசத்தில்
கால இடைவெளியில்
அடிக்கடி
தோன்றி மறையும்
அதிசய வினாடிகளில்
"வள்ளுவரும் தாமஸும்"
என்ற சொல் தொடரில்
"கயிற்றரவு"
என்ற கதைமறைவில்
பூச்சி பிடிக்கும்
நாச்சியார்களின்
பரபரப்பில்
ராகுகாலம்
சுப முகூர்த்தம்
சுப சம்போகம்
என்ற சொற்கள் வழியில்
கல்வி வெறி
சாவின் நித்ய சமாதி
கனவின் சூன்ய மார்க்கம்
என்ற பிரக்ஞையில்
ஒன்றுமில்லாத நாட்களிலும்
உள்ளே ஏதோ
நடந்து கொண்டிருக்கிறது
என்ற உணர்வில்
கண்ணப்பன் என்ன
குகன் என்ன

ஏன்
வீடணனைத்தான்
வேறு பிரிக்க முடியுமா
என்ற கேள்விகளில்
என் அப்பன் குடிகாரன் என்றால்
நான் மாத்திரம்
என்ன
என்ற கேள்வியில்
மழைநின்ற நேரம்
நிசப்தம் சப்தமாக உருவாகிறது
என்ற உள்-குறிப்பில்
உதய கிரி
அஸ்தமன கிரி என்ற
சொற்களின் வசீகரத்தில்
இந்தக் காயத்தை வெங்காயமாகப்
பார்க்கும்
சாகசத்தில்
கத்தியின் கூர்மை
புத்தியின் விசாலம்
என்ற வார்த்தைக் குறிப்பில்
குருட்டு வெளிச்சத்தில்
பேய்கள் பயங்காட்ட,
குரங்காட்டி
காயுருட்டி
பால் கறந்து
காத்திருந்து
பொருள் சேர்க்கப்
பல வழிகள்
கிளை கிளையாக
முளைப்பதைக் கண்டு
நின்ற நெடுங் கனவில்
நில் மா என
தா பா எழுத்துக்களே
வா சா வார்த்தைகளாகப்
போ கா பரவும்
விந்தை
பார்த்து

பாம்பின்
கண்ணாடிச் செதிள்
அதன்
ஈர மினுமினுப்பு
பூனையின்
வகை செய்ய முடியாத
நீல நிறக் கண்கள்
எலி மூஞ்சி
இவை உட்பார்வையில்
வலம் வர

•

ஒரு பூ

ரோஜா
என்றுதான்
வைத்துக்கொள்

•

அதன்
இதழ்கள்
மணம்
பச்சையில்
சிவந்த
முட்கள்
அதைச் சுற்றி
ஒரு வண்டு
அதன்மீது காணும்
மகரந்தப் பொடி

•

காலை மலர்ந்து
மாலை மறையும்
அதன் சாகசம்

•

கண்ணாடி

கண்ணாடியில் என் முகம் காணவில்லை
எனக்குப் பயமாக இருந்தது
அடுத்தது காட்டும்
பளிங்கு என்றால்
எனக்கு என்ன நேர்ந்துவிட்டது
என்று ஒரு ஐயம்
ஒரு அச்சக் குறியாக
மாறியது; அப்படி
ஒன்றுமே பார்க்க முடியாமல்
இருக்குமா என்றுகூட
எனக்குத் தோன்றியது
கண்ணாடி இல்லாமல்
ஒன்றையுமே செய்ய முடியாது
என்ற நிலையில்
படிக்க, பார்க்கக்
கண்ணாடியில்லாவிட்டால்
எல்லாம் நிழலாகத்தான் தெரிகிறது; ஏதோ
ஒன்றைப் பார்த்துத்தான்
எதையும் நிச்சயப்படுத்திக்
கொள்ள வேண்டுமென்றால் கூட
பாரதி சொல்லியும் கூட
எனக்கு நம்பிக்கை வர
மாட்டேன் என்கிறது
கட்டிப் புணர்ந்து
உடன்கூடி
இவ்வளவு காலமாகியும்
"என் மனைவி"
என்று நான் கனவு
காணும்
என் மனைவி

கண்டித்துக்
கருத்துடன்
அன்புடன்
இவ்வளவு காலம்
என்னவர்கள் என்று
நான் கனவு கண்ட
என்
பிரதிபலிப்புகள்
எல்லாருமே
தூர தூர நிற்கும்/மறையும்
நிழல்களாகத்தான்
தோன்றுகிறார்கள்; ஒரு வேளை
எனக்குப் பைத்தியம் பிடித்துவிட்டதோ
என்று கூடத் தோன்றியது; எப்படி
ஒன்றுமே இல்லாததைப்
பார்க்க முடியுமென்று;
அப்படியும் சொல்ல முடியவில்லையே
என்று என்னையே நான்
சுதாரித்துக் கொண்டேன்
ஒன்று இருந்த இடத்தில்
அது இல்லாமல் இருந்ததைத்
தான் நான் ஒன்றுமே
இல்லை என்கிறேனோ;
ஆனால் இங்கு அது
இல்லையே விஷயம்
கண்ணாடியில்
நான் இருக்க என் உருவம்
கண்ணாடியில் தெரியவில்லையே
என்ற
தடுமாற்றந்தானோ
இது என்று கூடத்
தோன்றாமல் இல்லை
உருவங்கள்
கண்ணாடியில் இருக்கின்றன
என்பதைத் தவிர
கண்ணாடிக்கென்று

ஒரு உருவம் கிடையாதே
என்றும் தோன்றாமல்
இல்லை;
என்றாலும்
திரும்பத் திரும்பத் திரும்ப
கண்ணாடியில் என்
முகத்தைப் பார்த்துக்
கொள்ளும் விருப்பத்திலிருந்து
என்னால் என்னை
விடுவித்துக் கொள்ள
முடியவில்லை;
வீட்டில்
வேலை செய்யும் இடத்தில்
என் நிழல்தானே
விழுகிறது என்றால்
மனம் சமாதானம்
அடையமாட்டேன்
என்கிறதே;
எந்தக் கண்ணாடியில்
நான் என் உருவம்
கண்டு உன் மத்தனாகி
நின்றேனோ
அந்தக் கண்ணாடி
கூட வெறிச்சோடி விட்டதே;
அப்படியென்றால்
குஞ்சுண்ணியை
உங்களுக்குத் தெரியும்
தானே? அவர்
எழுதியிருந்தார்
"இன்று காலையில்
உறங்கி
விழித்ததும்
என்னை நான்
காணவில்லை"
இதைப் படித்ததும்
எஸ். நாயர்

சொன்னது நினைவில்
வருகிறது;
இங்குதான்
சர்ப்பம் சீறுகிறது
என்று;
அப்பொழுது
எனக்கு எமிலி டிக்கின்ஸன்,
ஒரு கவிதையில் எழுதியது
ஞாபகம்
வந்தது;
கண்கள் ஒரு தடவை கண்ணாடியாகின்றன;
இது சாவு.

•

வண்ணாத்திப்பூச்சிகள்

உண்ணூனிப் பிள்ளைக்குக் கண்வலி.
கேசவ மாதவன் ஊரில் இல்லை. சிவனைப்
பற்றித் தகவல் கிடைக்கவில்லை. நவீனன்
விருப்பப்படி அவன் இறந்த பிறகு அவன்
பிரேதத்தை அவன் உற்ற நண்பர்கள்
நீளமாக ஒரு குழி வெட்டி அவனை
அதில் தலைகீழாக நிறுத்தி வைத்து
அடக்கம் செய்துவிட்டார்கள். எங்கும்
அமைதி சூழ்ந்திருக்கிறது. வெயிலில்
வண்ணாத்திப் பூச்சிகள் பறந்து
கொண்டிருக்கின்றன

•

இவர்கள்

உதட்டளவில் பேசுகிறார்கள். மனமறிந்து பொய் சொல்கிறார்கள். ஒரு கணத்தில் சொன்னதை அடுத்த கணத்தில் மறந்து விடுகிறார்கள். எதிரில் இருப்பவன் பிரக்ஞையின்றித் தங்களைப் பற்றியே பேசிக் கொண்டிருக்கிறார்கள். வயிறு காலியானாலும் வீடு நிறையச் சாமான்களை வாங்கி வைக்கிறார்கள். உடமை கருதி செத்துக் கொண்டிருக்கும் ஒருவன் முன் "இவன் ஏன் இன்னும் சாகமாட்டேன்" என்கிறான் என்று பொறுமை இழந்து நிற்கிறார்கள். எல்லாவற்றிலும் அதிசயம் என்னவென்றால் இவர்கள் தங்களைப் போல் நல்லவர்கள் இல்லை என்றும் சொல்லிக் கொள்கிறார்கள்.

•

இவர்களுடன் தான் உறவுகளை வைத்துக் கொள்ளவேண்டியிருக்கிறது; நாம் வாழும் உலகில்தான் இவர்களும் வாழ்கிறார்கள்.

•

ஆனால் ஒன்றும் சேதமில்லை. இன்றும் பூதங்கள் மனிதனைக் கண்டு சிரிக்கின்றன. அது ஒன்று போதும்.

•

நான் 2

நேற்றுப்
பிற்பகல்
4:30
சுசீலா
வந்திருந்தாள்
கறுப்புப்
புள்ளிகள்
தாங்கிய
சிவப்புப் புடவை
வெள்ளை ரவிக்கை
அதே
விந்தை புன்முறுவல்
உன் கண் காண
வந்திருக்கிறேன்
போதுமா
என்று சொல்லி
விட்டுச் சென்றாள்
என் கண் முன்
நீல வெள்ளை
வளையங்கள்
மிதந்தன.

.

கடைசிக் கவிதை

யாருமில்லாத பிரதேசத்தில்
என்ன நடந்து கொண்டிருக்கிறது?
எல்லாம்

.

"தமிழ் இலக்கியச் சூழலில் வாசிக்கப்படாமலேயே அதிகம் பேசப்பட்ட கவிஞராக நகுலன் இருக்கிறார்"

நகுலன் கவிதைகள் குறித்த உரையாடல்

சுகுமாரன், யுவன் சந்திரசேகர்

1

சுகுமாரன்: தமிழ்ப் புதுக்கவிதை ஏறத்தாழ எண்பது வருட வரலாறு கொண்டதென்றால் அதில் அறுபதுகளிலிருந்து தொண்ணூறுகள் வரை இயங்கிய நகுலனின் இடம் என்ன?

யுவன் சந்திரசேகர்: தமிழ்ப் புதுக்கவிதை வரலாற்றில் நகுலனின் இடம் தனித்துவமானது. நகுலனுக்கு முன்பும் அவருக்குப் பின்பும்கூட நகுலன்போல் யாரும் பார்க்கக் கிடைக்கவில்லை. அவருடைய தொனியை இரவல் வாங்கிச் சிலர் செயல்பட்டிருக்கிறார்கள். ஆனால் அவர்கள் கட்டமைத்தது நகுலனின் தனித்துவமான உலகமல்ல.

உதாரணமாக விக்ரமாதித்யனின் கவிதைகள் பலவற்றில் நகுலனின் தொனி தெரிகிறது. 'எனக்கு யாருமில்லை – நான்கூட' என்பது போன்ற ஒரு தொனி விக்ரமாதித்யனின் கவிதைகளில் தொடக்கத்திலிருந்து வெளிப்பட்டுக் கொண்டிருக்கிறது. ஆனால் விக்ரமாதித்யன் கவிதைகளில் செயல்படும் narrative என்பது பெரும்பாலும் குடும்பஸ்தனின் துயரக்குரலாகத்தான் இருகிறது. நகுலனின் narrative அதுவல்ல. அது எவ்விதத்திலும் கூட்டு வாழ்க்கையுடன்

பொருந்தாத ஒரு தனிக்குரல். அவருக்குப் புகார் எதுவும் இருப்பதாகத் தெரியவில்லை. இன்னின்னதைச் சரிசெய்து விட்டால் வாழ்க்கை 'சிறப்பான'தாகிவிடும் என்ற நம்பிக்கை எல்லாம் நகுலனிடம் இல்லை. இவற்றுக்கு அப்பாற்பட்டும் நகுலனை யாருடனாவது பொருத்திப்பார்க்க வேண்டு மென்றால் அவரைச் சித்தர் மரபுடன் ஒப்பிடலாம். சித்தர்கள் உடம்பையும் மனத்தையும் நிராகரிக்கக்கூடியவர்களாக இருந்திருக்கிறார்கள். ஆனால் 'உடம்பை உரித்து நிலையில் மாட்டிவைத்துவிட்டு' அதை வேடிக்கை பார்க்கும் ஒரு வியக்தியாகத்தான் நகுலன் இருக்கிறார். நகுலனை யாருடனும் ஒப்பிட முடியாத தனித்துவமிக்க ஒருவர் என்றுதான் சொல்ல வேண்டும்.

இன்றைய நவீனக் கவிஞர்கள் பெரும்பாலும் தன்னால் நிரம்பியவர்களாக இருக்கிறார்கள். அதாவது தங்களுடைய ஆற்றாமையை, வேட்கையைச் சொல்லிப் புலம்புவர்களாக இருக்கிறார்கள். ஆனால் நகுலனின் கவிதைகளில் தொழில் படும் *narrative* என்பது தானற்ற நிலை.

சுகு: தமிழ்க் கவிதை வாசகனுக்கு மிகவும் சிக்கலான கவிஞராகத் தெரிபவர் நகுலன். அதற்குச் சில காரணங்களைச் சொல்லலாம் – ஒன்று, நகுலனின் கவிதைகள் சிக்கலானவை; இரண்டு, நகுலன் என்னும் இலக்கிய ஆளுமையே சிக்கலானது அல்லது நகுலன் என்னும் ஆளுமையே சிக்கலானது; மூன்று, நகுலன் கவிதை களைப் புரிந்துகொள்வது என்பது வாசகனுக்குச் சிக்கலான ஒரு விஷயம். இவற்றை எப்படி விளக்கலாம்?

யுவன்: தமிழ் நவீனக் கவிதையின் தொடக்கம் என்பது புதுக்கவிதையின் தொடக்க காலத்திலிருந்துதான். பாரதியின் வசனகவிதைகளைச் சொல்லலாம். பாரதியின் கவிதைகளில் புரியாத்தன்மை என்று எதுவுமில்லை. அனைத்தும் நேரடி யான கவிதைகள்தாம். 'தீ இனிது, காற்று இனிது' என்பது போன்ற வரிகளில் புரியாமல் போவதற்கு எதுவுமில்லை. எளிய, நேரடியான கவிதைகள் அவை. இந்த நுட்பத்தை வாங்கிக்கொண்டு ந. பிச்சமூர்த்தி, கு.ப. ராஜகோபாலன், புதுமைப்பித்தன், க.நா.சு. ஆகியோர் முன்னேறியிருக்கிறார் கள். இவர்களின் கவிதைகளிலும் புரியாமை என்ற ஒன்றே

இல்லை எனலாம். ஆனால் பிச்சமூர்த்தி கவிதைகளின் சட்டகத்தைப் புரிந்துகொள்ளக்கூடிய ஒருவனால் அதற்குப் பின்னால் உள்ள வேதாந்தப் பின்புலத்தை உள்வாங்கிக் கொள்ள முடியுமா எனச் சொல்ல முடியாது.

கவிதை சொல்வதை உள்வாங்கிக்கொண்டதாக வாசகன் நம்புகிறான். பிறகு அதைத் தன்வயமாகப் புரிந்துகொள்கிறான். தமிழ் நவீனக் கவிதையின் தொடக்க கட்டத்தில் மொழியளவில் புரியாத்தன்மை என்பது இல்லை. பின்னால் எழுதவந்த சி.மணியிலிருந்து புரியாத்தன்மை தமிழ் நவீனக் கவிதைகளில் வெளிப்படத் தொடங்கியது எனலாம். இதன் பிறகுதான் தமிழ் நவீனக் கவிதையின் மொழி இறுக்கமடைந்து, அதற்கு ஒரு சூத்திரத்தன்மை வருகிறது. இக்காலகட்டத்தில் மேற்குலகக் கவிதைகளின் தாக்கம் நேரடியாகத் தமிழ்க் கவிதைகளில் விளைவுகளை உண்டாக்கியது. இதை நாம் ஆத்மாநாமுக்குப் பிறகு உணரலாம். சி.மணி, ஆத்மாநாம் போன்றோர் கவிதைகளில் உள்ள மொழிச் சிக்கல் காரணமாக ஓர் எளிய வாசகனால் நேரடியாக இவர்களை அணுக முடிவதில்லை.

மேற்சொன்ன மாதிரியான மொழிச் சிக்கல் நகுலனிடம் எப்போதும் இருந்ததில்லை. நகுலன் கவிதைகளில் உள்ள இருண்மை என்பது நம்மால் அவருடைய கவிதையை உள்வாங்கிக்கொள்ள முடியும் – ஆனால் அது எதனால் கவிதையாக இருக்கிறது என்பதைப் புரிந்துகொள்ள முடியாது. இதுதான் நகுலனின் கவியுலகம் செயல்படும் நிலை என்று நினைக்கிறேன். நகுலன் முன்னிறுத்தும் உலகம் பரிச்சய மில்லாததாக இருக்கிறது; அல்லது அவருடைய உணர்வு நிலை நமக்கு அனுபவமில்லாததாக இருக்கிறது.

ஆக, மொழியளவில் நகுலனிடம் புரியாத அம்சம் என்ற ஒன்றே இல்லை. ஆனால் பொருளடக்க அளவில் அவருடைய கவிதைகள் புரியாமல் போவதற்குக் காரணம், அவருடைய உலகம் உங்களுக்குப் புரியாமல் போவதுதான்.

சுகு: நகுலன் என்னும் இலக்கிய ஆளுமையே சிக்கலானது, அது சார்ந்துதான் அவருடைய கவிதைகள் பொருளாகின்றன என்பது குறித்து . . .

யுவன்: பொதுவாக ஆளுமை சார்ந்துதானே ஒரு கவிஞன் தன் கவிதைகளைப் பிறப்பிக்க முடியும். ஆனால் கவிதைக் குப் பின்னால் போகாமல் நகுலன் பின்னால் சென்றால் பழுத்த வயோதிக நிலை அடையும்வரைக்கும் திருமண மாகாமல் தனிமை வாழ்க்கை வாழ்ந்த ஒருவரை, தன் பிராந்திக் குப்பிகளோடும் புத்தகங்களோடும் சூரல் நாற்காலி யோடும் மட்டுமே வாழ்க்கையைக் கழித்த ஒருவரைக் காண்கிறோம். இதனடிப்படையில் அவர்மீது நமக்கு ஒரு பிரமிப்பு உருவாகிறது. அப்படித்தான் நகுலன் ஒரு திருவுரு வாக ஆக்கப்பட்டிருக்கிறார். நகுலனைப் பற்றிப் பேசுபவர்கள் எல்லாம் அவர் எழுத்துக்களைப் பற்றிப் பேசுகிறார்கள் எனச் சொல்ல முடியாது. ஆனால் நகுலனைப் பற்றி பேசுகிறார் கள். பக்கத்து வீட்டில் ஒரு பெரியவர் இருக்கிறார். அவர் இப்படித்தான் கல்யாணம் செய்துகொள்ளாமல் தனியாக அமர்ந்து சிகரெட் பிடித்துக்கொண்டிருப்பார். இவர் குறித்தும் நகுலன் குறித்தும் பேசப்படும் வார்த்தைகளை எளிதாகச் சொல்லிவிட முடியும்.

நகுலன் படைப்பு குறித்துப் பேசிய சந்தர்ப்பங்களிலும் தர்க்கப் புறம்பான காரியங்கள் உள்ளன. உதாரணத்திற்கு, காவ்யா வெளியிட்டுள்ள புத்தகத்தில் 'அஞ்சலி' என்னும் நீண்ட கவிதை குறித்து சித்தார்த்தன் சொல்கிறார்:

'வார்த்தைகள் ஊர்வலம் போகின்றன
எதையெதையோ சொல்லிச்செல்கின்றன
மனிதர்களுக்கு இருபுறமும் மனிதர்கள்
நடனமாடுகிறார்கள்
ஊர்வலத்தை நகுலன் மேலே நின்று
பார்த்துக்கொண்டிருக்கிறார்
வார்த்தைகள் சில நேரங்களில் அபூர்வ
நினைவுகளை நிகழ்த்திச் செல்கின்றன.
மனிதர்கள் திகைத்து நிற்க 193 கணங்களை
அவை விட்டுச்செல்கின்றன'

இந்த வரிகளை நேற்று முதல் புத்தகம் வெளியிட்ட ஒரு பையனுக்கும் சொல்ல முடியும். மு. மேத்தாவுக்கும் சொல்ல முடியும். இன்குலாபுக்கும் சொல்ல முடியும். இது போன்ற பொத்தாம்பொதுவான வார்த்தைகளில் நகுலனைப்

பற்றிப் பேசியிருக்கிறார்கள். நகுலனின் உலகத்துக்குள் நுழைந்து பார்த்தவர்கள் வெகு சிலரே.

சுகு: நீங்கள் சொன்னதுபோல நகுலனிடம் மொழிச் சிக்கல் இல்லை. இருந்தபோதும் அவருடைய கவிதைகளிலுள்ள அனுபவம் நமக்கு வசப்படுவதில் ஒரு சிக்கல் இருந்துகொண்டே இருக்கிறது. இது எதனால்?

யுவன்: கவிஞன் பற்றிச் சொல்லப்படும் கருத்து வாசகனைப் பெருமளவில் கட்டுப்படுத்த வாய்ப்பு இருக்கிறது. இது தமிழ்ச் சூழலில் நிறையவே நடந்துகொண்டிருக்கிறது. நகுலன் குறித்துச் சொல்லும்போது அவர் 'பித்துநிலையில் இயங்கிய கவிஞர்' எனச் சொல்கிறார்கள். அதாவது அவர் பிரக்ஞைபூர்வமாக எழுதியவர் அல்ல. 'அபோத நிலையில் இருந்து தன் கவிதைகளை உருவாக்கியவர்' என்பது போன்ற கட்டுக்கதைகள் தமிழில் உருவாக்கப்பட்டிருக்கின்றன. இவற்றை நம்பக்கூடிய ஒரு வாசகன், நகுலனைப் புரிந்து கொண்ட பிறகும்கூட, நகுலன் தனக்குச் சரியாக விளங்க வில்லை என்னும் மனக்குறையுடன் இருக்க வாய்ப்பிருக் கிறது. நகுலனின் உள் உலகம் சிடுக்கானது – நேரடியாகத் திறந்து பார்க்க இடமளிக்காதது என்ற அளவில் மட்டுமே சிடுக்கானது. மற்றபடி அது குழப்பமானது அல்ல. உதாரண மாகப் பித்துநிலையின் சான்றுபோலத் தென்படும் சில வரிகளைச் சொல்கிறேன்:

'பெண்ணின் ரூப சௌந்தர்யம்
கலை எழுப்பும் ஏகாந்த நிலை
சுவரில் ஒரு சிலந்தி'

மொத்த கவிதையும் அவ்வளவுதான். இது புரியவில்லை என்றால் ஜென் கவிதைகள் புரியக் கூடாது. இதுபோல ஒரு வரிக்கும் அடுத்த வரிக்கும் உடனடித் தொடர்பில்லாமல் பூடகமாக எழுதப்பட்ட எந்தக் கவிதையும் புரியக் கூடாது. ஆனால் இந்த வரிகள் அபோத நிலையில் எழுதப்பட்டதாக நான் நினைக்கவில்லை. இவை மிக நுட்பமாகச் செம்மை யாக்கப்பட்டு இந்த அளவில் மட்டுமே சொல்ல வேண்டும் என வடிவமைக்கப்பட்ட வரிகள் என்றுதான் நினைக்கிறேன். இன்னும் குறிப்பாகச் சொன்னால் பித்து நிலையில் சூல்கொண்டு, போதபூர்வமாக அடுக்கப்பட்ட வரிகள்...

‘நெற்றித் திலகம்
அள்ளியெடுத்துச் செருகிக்
கட்டிய கொண்டை
நின் அளகபாரம்
எட்டி நின்று செயலாற்றும்
எல்லை கடந்து நின்று
நின் நிலை காக்கும் ஒரு பேராற்றல்
கனவு நினைவாக
கனவில் நினைவகல
நின்னுருவம் என்னுருவமாக
எல்லாம் இல்லாமல் ஆக’

‘நின்னுருவம் என்னுருவமாக’ இந்த வரி வரைக்கும் ஒரு வாசகனால் சரளமாகப் பயணிக்க முடியும். ‘எல்லாம் இல்லாமல் ஆக’ இந்த வரியில் ஒரு புதிர்த்தன்மை உருவாகிறது. இப்புதிர்த்தன்மை முன்பு வாசித்த எல்லா வரிகளும் புரியாதது போன்ற தோற்றத்தை உண்டுபண்ணு கிறது. ‘எல்லாம் இல்லாமல் ஆக’ இந்த வரிகளுக்குப் பிறகு எஞ்சி இருப்பவன்தான் நகுலன் கவிதைகளின் *narrator*. எல்லா இடங்களிலும் இன்மையின் பதிவைப் பார்த்துக்கொண்டிருப்பவன் . . . நீங்கள் ஓர் இருப்பைத் தேடிச் செல்கிறீர்கள். ஆனால் அங்கே இன்மைதான் அமர்ந்திருக்கிறது. உங்களுக்குப் பார்க்கக் கிடைப்பது வெறுமைதான். நகுலன் ஒரு குணாம்சமற்ற வெறுமையை நோக்கித் தள்ளுகிறார். துக்கத்தின் காரணமாகவோ உச்ச பட்சப் பரவசத்தின் காரணமாகவோ ஒரு மனிதனுக்குள் வெறுமை உண்டாக முடியும். அந்த மாதிரியான ஒரு *qualified emptiness*ஸை நோக்கி நகுலன் நகர்த்தவில்லை.

ஜென் கவிதைகள் எல்லாவற்றுக்கும் பின்னால் ஒரு மகத்தான அழகுணர்ச்சி இருப்பதைப் பார்க்கிறேன். அது ஒரு பெயரற்ற, நிறமற்ற அழகுணர்ச்சி. அதுபோல நகுலன் நிறமற்ற வெறுமையை முன்னிறுத்துகிறார் எனத் தோன்று கிறது. இதை வாங்கிக்கொள்ள முடியாதபோது நகுலனின் மொத்த உலகமுமே புரியாமல் போய்விடும்; அவருடைய கவிதைகள் மட்டுமல்ல.

சுகு: தமிழில் மிகவும் சிலாகிக்கப்பட்ட கவிஞர் நகுலன்தான். அவருடைய கவிதைகள் குறித்து எதிர்மறையாகச் சொல்பவர்கள்

மிகக் குறைவு. புதிதாக எழுதவருபவர்களும் தமக்குப் பிடித்த கவிஞர் நகுலன் என்பதைத் தவிர்க்க முடியாதபடியும் அல்லது விருப்பத்தோடும் சொல்கிறார்கள். ஆனால் உணர்ந்துதான் இதைச் சொல்கிறார்களா என்று தெரியவில்லை. ஆசாரமான பின்னணியில் பிறந்தவராக இருந்தாலும் அதற்கு நேர்எதிரான வாழ்க்கையைத் தான் வாழ்ந்திருக்கிறார் நகுலன். இலக்கியம் சார்ந்த, புனிதங்கள் சாராத ஒருவராகத் தம்மை முன்னிறுத்திக்கொண்டார். இவை யெல்லாம் புதிய தலைமுறையிடம் ஒருவிதமான பெரிய ஆச்சர் யத்தை ஏற்படுத்துகின்றன. இதைச் சார்ந்து நகுலன் ஒரு பெரிய பிம்பமாகக் கட்டமைக்கப்படுகிறார். இதிலிருந்துதான் நகுலனைப் புரிந்துகொள்ள எல்லோரும் விரும்புகிறார்கள். தமிழ் இலக்கியச் சூழலில் வாசிக்கப்படாமலேயே அதிகம் பேசப்பட்ட கவிஞராக நகுலன் இருக்கிறார் என நினைக்கிறேன்.

யுவன்: இந்தப் பட்டியல் தொடர்பாக எனக்கு இருக்கக் கூடிய நிரந்தரப் புகார் ஒன்றையும் இங்கு சேர்த்துக்கொள்ள லாம். 'நகுலனைப் பிடிக்கும்' எனச் சொல்லக்கூடிய எல் லோருமே பிரமிளையும் பிடிக்கும் எனச் சொல்கிறார்கள்.

சுகு: இருவருக்குமே ஒரு பெரிய பிம்பம் கட்டமைக்கப்பட் டிருக்கிறது . . .

யுவன்: ஆனால் இருவருக்கும் நிறைய வேறுபாடுகள் உண்டு. பிரமிளின் கவிதைகள் அடர்த்தியான வார்த்தை களால் ஆனவை; நகுலன் அடர்த்தியான வார்த்தைகள் உதிர்ந்த பின்னர் எழுதுபவராக இருக்கிறார். படிமங்களும் உருவகங்களும் பொங்கிப் பிரவாகம் எடுக்கும் கவிப்புலம் பிரமிளுடையது. ஆனால் இவை எதுவும் நகுலனிடம் நேரடியாக இல்லை. பிரமிளின் கவிதைகளில் அவருடைய தெளிவான சார்புநிலை வெளிப்படும். ஆனால் எதையும் சார்ந்தவராக, தன்னை எதனுடனாவது அடையாளப் படுத்திக்கொள்ளக் கூடியவராக நகுலன் எங்குமே தென்பட வில்லை. இவ்வளவு வேறுபாடுகள் கொண்ட இவர்கள் இருவரும் ஒரே பட்டியலில் அடுத்தடுத்து இருப்பது தமிழ் வினோதங்களில் ஒன்று.

சுகு: இந்த விவாதம் தமிழ்க் கவிதைக்கு ஒரு குந்தகமான விஷயத்தைச் செய்திருக்கிறது என்றும் தோன்றுகிறது. ஜென் கவிதைக்குப் பின்னால் ஓர் அழகியல் கோட்பாடு இருக்கிறது. ஒரு *metaphysical* பார்வை இருக்கிறது. அதுபோல நகுலன்

கவிதைகளிலும் ஓர்அழகியல் கோட்பாடு இருக்கிறது. அதற்கான ஒரு தளம் இருக்கிறது. அதை 'ஆன்மீகம்' என்று குறிப்பிட விரும்ப வில்லை. ஆனால் நகுலனை சிலாகிப்பவர்களிடம், நகுலன்தான் தமிழ்க் கவிதையில் பிரதானமானவர் எனத் தொடர்ந்து சொல்லிக் கொண்டிருப்பவர்களிடம் ஒருவிதமான நகலெடுப்பு தொடர்ந்து நடந்துகொண்டிருக்கிறது. நகுலன் பற்றி உருவாக்கப்பட்ட பிம்பம் சார்ந்து அவருடைய கவிதைகள் புரிந்துகொள்ளப்படுகின்றன என்னும் குற்றச்சாட்டு எனக்கு உண்டு. 'எனக்கு யாருமில்லை/ நான்/கூட' என்ற கவிதையை நகுலன் எழுதும்போது 'நகுலன்' என்னும் ஆளுமை சார்ந்துதான் அது புரிந்துகொள்ளப்படுகிறது. அவருடைய கவிதைகளுக்குள் யாரும் நேரடியாகப் பிரவேசிக்க வில்லை என்ற சந்தேகமும் எனக்கு இருக்கிறது. இதே கவிதையை எழுதி, கீழே யாரோ ஒரு 'முருகேசன்' என்று பெயரிடும்போது அது கவிதையாகக் கொள்ளப்படாது எனத் தோன்றுகிறது. அப்படி யென்றால் தமிழ்க் கவிதைப் பரப்பிற்குள் நகுலனை எவ்வாறு அடையாளப்படுத்துவது?

யுவன்: அப்படியென்றால் என்னிடமும் ஒரு கேள்வி இருக் கிறது, இது போன்ற ஒரு கேள்விக்குத் தமிழின் பெயர்பெற்ற கவிஞர்கள் அனைவரையும் உட்படுத்தலாம். உதாரணத் திற்கு 'காவியம்' என்னும் பிரமிளின் கவிதையை எடுத்து கீழே நீங்கள் சொன்ன 'முருகேசன்' எனப் பெயரை இட்டால் அவரை மகா கவிஞர் எனக் கொண்டாடுவீர்களா?

சுகு: இல்லை, கொண்டாட முடியாது. அது தனியான இருப்பு தொனிக்கும் கவிதை.

யுவன்: நான் என்ன நினைக்கிறேன் என்றால், ஒரு நீண்ட காலகட்டத்துக்கு இயங்கிய கவிஞனை, சர்ச்சைக்குரிய அந்த நான்கு வரிகளுக்கு முன்னும் பின்னுமான அவனது கவிதார்த்தச் செயல்பாடுகளை வைத்துத்தான் புரிந்துகொள்ள வேண்டும். மற்றபடி, அவனுடைய தனிப்பட்ட வாழ்க்கையை முன்னிட்டு எழும் ஆளுமை எந்தவிதத்திலும் எனக்கு ஒரு பொருட்டே அல்ல.

சுகு: இல்லை தனிப்பட்ட வாழ்க்கையை அல்ல. நான் சொல்ல வந்தது, இலக்கியம் சார்ந்த அவனுடைய வாழ்க்கையைத்தான்...

யுவன்: அவனுடைய கவிதை உலகம் முழுமையானதாக இருக்கிறதா, அந்த முழுமையான உலகத்திற்குள் இந்த

வரிகளுக்கு இடமிருக்கிறதா என்று பார்க்க வேண்டும். உதாரணமாக அப்பாஸின் ஒரு கவிதையைக் குறிப்பிடலாம். அன்பு கெழுமிய வரிகளும் சக மனிதனின் அங்கீகாரத்துக்கு ஏங்கும் வரிகளும் கொண்ட கவிதைகள் நிறைய எழுதியவர். ஓர் இடத்தில் இப்படி எழுதுகிறார்,

'பின் ஒருபோதும்
உன் வானத்தில்
பறக்காதிருக்குமானால்
அந்தப் பறவையைச்
சுட்டு வீழ்த்து'

கிட்டத்தட்ட இருநூறு பக்கங்களில் பொங்கிய அன்பு, மூன்று வரியில் இல்லாமல்போய் விடுகிறது. இதில் எதை அவர் எனக் கொள்வது, அந்த இருநூறு பக்கத்தையா, இந்த மூன்று வரிகளையா?

ஒருவேளை இருநூறு பக்கம் அவராக இருந்து ஒரு பிறழ்வுநிலை இந்தக் கவிதையைக் கொடுத்திருக்குமானால் இதை ஏன் அவருடைய கவிமனம் தனதாக அடையாளம் காண்கிறது? ஏன் பிரசுரிக்கிறது? இதைக் எழுதக் கூடாது எனச் சொல்ல முடியாது; ஆனால் பிரசுரிப்பது ஒரு பிரக்ஞைபூர்வமான செயல்பாடு. ஒருவேளை பிறழ்வு நிலையில் எழுதப்பட்டது என்றால் அதைப் பிரசுரிக்கும் போதாவது 'இது என்னுடைய வரி இல்லையே' என விழித்துக்கொண்டிருக்கலாம். அப்படியானதொரு விழிப்பின் வழியாக வேறோர் உலகத்திற்குள்கூடப் பிரவேசித்திருக்க முடியும். ஆனால் அது தமிழ்ச் சூழலில் நடக்கவில்லை.

நகுலனின் 'ராமச்சந்திரன்' பற்றி நிறைய சர்ச்சை இருக்கிறது. அது தனியான நான்கு வரிகள் அல்ல. தனியான நான்கு வரித் துணுக்காகப் படிக்கும்போது எந்தப் பதிவையும் தராது. ஆனால் அவற்றுக்கு முன்னும் பின்னும் இருக்கும் வரிகள் எல்லாம் சேர்ந்து செறிவான அக உலகத்தை நிர்மாணிக்கிறது இல்லையா? அந்த உலகம் கவனிக்கப்படத்தக்கது.

சுகு: சரி, இந்தக் கவிதையையே எடுத்துக்கொள்வோம். 'ராமச்சந்திரனா என்று கேட்டேன்' இது ஒரு கவிதை. கிட்டத்தட்ட இதேபோன்ற இன்னொரு கவிதை ஆத்மாநாமிடமிருந்து வருகிறது,

‘கடவுளைக் கண்டேன் எதையும் கேட்கவே தோன்றவில்லை, அவரும் புன்னகைத்துப் போய்விட்டார், ஆயினும் மனதினிலே ஒரு நிம்மதி’. ஆத்மாநாமின் இந்தக் கவிதைக்கு ‘ஆத்மாநாம்’ என்ற பெயரொட்டு இல்லாமலேயே ஒரு கவிதைக்கு நம்மால் இடம் தர முடியும். ஆனால் ‘ராமச்சந்திரன்’ கவிதையை ’நகுலன்’ என்னும் பெயர் இல்லாமல் இடம் தர முடியுமா?

யுவன்: இந்த இரண்டு கவிதைகளுக்குமிடையில் ரொம்ப முக்கியமான வேற்றுமை உள்ளது. கடவுள் குறித்து ஏற்கெனவே ஒரு தீர்மானம் இருக்கிறது. அந்தத் தீர்மானத் தின்மீது அமர்ந்துதான் இந்தக் கவிதையைக் கட்டியெழுப்பு கிறார் ஆத்மாநாம். ஆக, ‘கடவுளை நான் பார்த்தால் என்ன செய்வேன்’ என்னும் உங்களது கேள்வியும் அருகிலேயே இருக்கிறது. கடவுளிடம் கேட்க வேண்டிய கேள்விகள் என்று ஒரு பட்டியலே என்னிடம் உணடு. இவை எல்லாம் சேர்ந்து ஆத்மாநாமின் கவிதைக்கு அர்த்தத்தை அளிக்கக் கூடியதாக இருக்கிறது. ‘ராமச்சந்திரனை’ப் பொறுத்தமட்டில் எந்த ராமச்சந்திரன் என்னும் குறிப்பே இல்லை. அதனால்தான் அது நகுலனின் கவிதையாக இருக்கிறது. அதனால்தான் “சொல்லவுமில்லை, கேட்கவுமில்லை’ என்னும் கூற்று அதிமுக்கியம் கொண்டதாகிறது. அதுதான் அக்கவிதைக் கான பெறுமானத்தை ஏற்றிக்கொடுக்கிறது.

‘அதனால் என்ன எல்லாம் ஒரே ராமச்சந்திரன்தான்’ என்பதுபோன்ற ஒரு தட்டையான வரியையிட்டு முடித்திருக்க முடியும். அப்படிச் செய்திருந்தால் அந்தக் கவிதை அவிழ்ந் திருக்கும். ஆனால் நகுலன் அதைச் செய்யவில்லை. அதனால்தான் அவரைப் பிரக்ஞைபூர்வமான கவிஞர் எனச் சொல்கிறேன்.

இந்தக் கவிதை வேடிக்கைக்குரிய ஒரு துணுக்காகத் தான் என் மனத்தில் இருந்தது. மதுரையில் ஒரு கூட்டத்தில் பேசும்போது சுந்தர ராமசாமி இந்தக் கவிதையைக் குறிப் பிட்டுப் பேசினார். அந்தப் பேச்சுதான் இந்தக் கவிதையைத் திறப்பதற்கான திறவுகோலைத் தந்தது. அந்தத் திறவுகோலை உபயோகித்து நான் பல கவிதைகளைத் திறந்திருக்கிறேன். அதனால் சுந்தர ராமசாமியின் அந்தக் கூற்றை இங்கே பதிவு செய்யலாமென நினைக்கிறேன். ‘ஒரு கவிதை நிகழும் காலம், அது நிகழும் இடம் இவை இரண்டையும் வைத்தே

பல கவிதைகளைத் திறந்துவிடலாம்' என்றார் சுந்தர ராமசாமி. இத்திறவுகோலை உபயோகித்து நான் என்னவிதமாகத் திறந்து பார்த்தேன் என்பது முக்கியமல்ல. சுந்தர ராமசாமி என்ன விதமாகத் திறந்து விளக்கினார் என்பதும் முக்கிய மல்ல. ஆனால் ஒரு திறவுகோல் கிடைக்கும்பட்சத்தில் தன்னளவில் ஒருவர் பல கவிதைகளைத் திறந்து பார்த்துவிட முடியும்.

சுகு: ஐம்பதுகளின் இறுதியிலிருந்து அதாவது எழுத்து தொடங்கிய காலத்திலிருந்து, தொண்ணூறுகளின் தொடக்கம்வரை சுமார் நாற்பது வருடங்கள் தொடர்ந்து எழுதியிருக்கும் நகுலனின் கவிதைகளை எந்த விதத்திலாவது வகைப்படுத்த முடியுமா?

யுவன்: தமிழ்ச் சூழலுக்கு ஒரு சிறப்பம்சம் உண்டு. பல கவிஞர்கள் முப்பது நாற்பது வருடங்கள் தொடர்ந்து எழுதி யிருக்கிறார்கள். இதில் கவிதை மட்டுமே எழுதியவர்களும் இருக்கிறார்கள். வாசகன் இவர்களைக் காலவரிசைப்படி வாசிப்பான் என்பதற்கு எந்த உத்தரவாதமும் கிடையாது. ஆனால் விமர்சகர்கள் பேசத் தொடங்கும்போது, உதாரண மாக 'ஞானக்கூத்தன் கவிதைகள்' எனப் பேச ஆரம்பிக்கும் போது, அவருடைய கவிதைகளில் இருக்கும் பொதுப் பண்பை எடுத்து ஒரு ஞானக்கூத்தனை உருவாக்குகிறார்கள். ஒரு சுந்தர ராமசாமியை உருவாக்குகிறார்கள். தமிழில் இதுதான் நடந்துகொண்டிருக்கிறது. இப்படி ஒற்றைத்தன்மை யாகப் பார்க்கக் கூடாது. நாற்பது வருடங்கள் இயங்கிய ஒருவரின் இயக்கத்திற்கான நோக்கத்தை, உத்தேசத்தை, போக்கின் கதியைப் பார்க்க வேண்டும். அப்படிப் பார்க்கும் போது வேறுபாடுகள் இல்லாமல் இருக்க வாய்ப்பே இல்லை. இது இலக்கியவாதிகள் அனைவருக்கும் பொருந்தும். உதாரணமாக ஜி. நாகராஜனின் முதல் கதைக்கும் இறுதி நாட்களில் எழுதிய 'டெர்லின் ஷர்ட்டும் எட்டு முழ வேட்டி யும் அணிந்த மனிதர்' கதைக்கும் நிறைய வேறுபாடு உண்டு. இரண்டுக்குமிடையில் உள்ள இடைவெளியை வைத்து நாகராஜன் எவ்வளவு நீண்ட தொலைவைக் கடந்திருக்கிறார் என்பது தெரியவருகிறது.

நகுலனின் கவிதைகளை மூன்று காலகட்டமாகப் பிரிக்க முடியும் என்று நினைக்கிறேன். முதலாவது, எழுத்து வெளிவந்த காலகட்டம். அந்த நாளைய கவிப்

பாங்கைச் சார்ந்தும் அதை விட்டு விலகியும் எழுதிய காலகட்டம். இரண்டாவது காலகட்டம், கோட்–ஸ்டாண்ட் கவிதைகள், சுருதி, மூன்று, ஐந்து. மூன்றாவது, இந்தத் தொகுப்புகளுக்குப் பிறகு எழுதிய கவிதைகள். இரண்டாவது காலகட்டத்தில்தான் அவர் தன் உச்சத்தைத் தொட்டிருக் கிறார் என நான் கருதுகிறேன். இந்தக் காலகட்ட எழுத்தில் தான் அவரின் சாராம்சம் வெளிப்படுகிறது என நம்புகிறேன். அல்லது இப்படிச் சொல்லலாம் – தனக்கே ஆன கவி யுலகைக் கட்டமைக்க அதைத் தேடி புறப்பட்ட யாத்திரையை முதற் காலகட்டம் என்றால் வந்தடைந்த இடம் என இரண்டாவது காலகட்டத்தைச் சொல்லலாம். வந்துசேர்ந்த இடத்தை விட்டுத் தானே விலகிச் செல்லும் யத்தனம் மூன்றாவது காலகட்டம் எனலாம்.

கோட்–ஸ்டாண்ட் கவிதைகள், சுருதி இவ்விரு தொகுப்புகளும் தரும் முழுமையான அனுபவத்தை மற்ற தொகுப்புகள் தரவில்லை.

சுகு: *கோட்–ஸ்டாண்ட் கவிதைகள்*, சுருதி இவ்விரு தொகுப்புகளும் நவீனக் கவிதைகள் சார்ந்த ஒரு மனம் மரபான இலக்கியத்துடன் கொள்ளும் உறவு. அப்படித்தான் நகுலன் எழுதியிருக்க வேண்டும் என்பது என் ஊகம். மரபான இலக்கியங்களுக்குள்ளாக ஒரு நவீன மனத்தின் பயணம் எப்படியானதாக இருந்திருக்கும்? ஆனால் இந்த நவீன மனத்திற்கு அதற்குள் இருக்கக்கூடிய மரபான விஷயங்கள்தாம் திரும்பத்திரும்பப் பிடிபட்டிருக்கிறது. புதிய விஷயங்கள் எதையும் இந்த நவீன மனத்தால் கண்டுபிடிக்க இயலவில்லை எனத் தோன்றுகிறது. ஆனால் அவருடைய 'மழை: மரம்: காற்று' என்னும் நீண்ட கவிதை முழுக்கவும் நவீனச் சூழல் சார்ந்த ஒரு விஷயம். இக்கவிதைக்குள் இந்த மனம் சுதந்திரமான ஒரு வெளியை உருவாக்கிவைத்திருக்கிறது. இப்படிச் சொல்வது சரியாக இருக்குமா?

யுவன்: அப்படிச் சொல்லலாம் என்றுதான் தோன்றுகிறது. ஏனென்றால் திரும்பிச் சென்று பார்க்கும்போது விபீஷண னும் கும்பகர்ணனும் ராமாயணத்தில் இருக்கும் விபீஷண னாகவும் கும்பகர்ணனாகவுமே தெரியவருகிறார்கள். அவர்கள்மீது ஒரு முக்கியக் கேள்வி எழுப்பப்பட வேண்டும். நகுலன் அவர்களைத் திரும்பவும் தம்முடைய பாணியில் பதிவுசெய்கிறார் என்றுதான் தோன்றுகிறது. புதுமைப்பித்த

னின் அகலிகையைத்தான் நான் எப்போதும் உதாரணம் சொல்வேன். காவிய காலத்துப் பாத்திரங்களை மீட்டெடுக்கும்போது ஒரு நவீன கால எழுத்தாளனுக்கு எழுப்ப ஓர் அசலான கேள்வி இருக்கிறது. அதுநாள்வரை எழுப்பப்படாத கேள்வி. 'கடவுள், அவர் சரியாகத்தான் நடந்திருப்பார்' என்னும் வைதீக மனம்தான் எல்லோருக்குள்ளும் செயல்பட்டுக்கொண்டு வந்திருக்கிறது. ஆனால் எழுத்தாளன் இந்தக் கேள்வியை எழுப்புகிறான். பெண் விடுதலை பெரிதாகப் பேசப்படாத காலத்தில் இது எழுப்பப்பட்டிருக்கிறது என்பது முக்கியம். இதைத்தான் கடவுளுக்கு எதிரான குரலாக நான் நினைக்கிறேன்.

சுகு: நகுலனின் சம காலத்தவர்களை ஒருமாதிரியான வரையறைக்குள் கொண்டுவந்துவிடலாம்; பிச்சமூர்த்தி நேரடித்தன்மையுடன் எழுதிய, ஆன்மிகச் சார்பு உள்ள கவிஞர்; சுந்தர ராமசாமி நவீன வாழ்க்கையின் சிக்கல்களை நவீனமான தொனியில் வெளிப்படுத்த முயன்றவர்; நவீன வாழ்க்கையின் சிக்கல்களைக் காவியத்தன்மையுள்ள மொழியில் படிமங்களுடன் சொல்ல முயன்றவர் பிரமிள்; நவீன வாழ்க்கையின் சிக்கல்களை அதன் சிடுக்குகளுடன் அப்படியே கவிதைகளில் வெளிப்படுத்தியவர் க.நா.சு.; 'நவீன வாழ்க்கை ஓர் அபத்த நாடகம். அந்த அபத்த நாடகத்தின் பாத்திரங்களாக நாம் இருப்பதால் நாமும் அபத்தமாக நடந்துகொள்கிறோம். நம்முடைய செயல்பாடுகள் அனைத்துமே அபத்தமானவை' – இந்தத் தொனியை சி. மணி தொடங்கிவைக்கிறார். அதை ஞானக்கூத்தன் விரிவாக்கிக்கொள்கிறார். இப்படி எல்லாம் சொல்லும்போது நகுலனை நாம் எந்த வரையறைக்குள் கொண்டுவர முடியும்?

யுவன்: தமிழில் திரும்பத் திரும்ப ஒரு வாதம் நடக்கிறது. கவிதை தழுதழுப்பாகவும் மிகையுணர்வுடனும் இருந்தாக வேண்டும் என்று ஒரு தரப்பு கூறுகிறது. அப்படி இருக்கும் கவிதை பொருட்படுத்தத் தக்கதல்ல என்கிறது எதிர்த்தரப்பு. கவிதைக்குப் பின்னால் இருக்கக்கூடிய அரசியல் சார்பு/சார்பின்மை இவற்றையெல்லாம் நான் பொருட்படுத்தவில்லை.

தீவிரமான கவிதை எனச் சொல்லப்பட்ட கவிதைகளை எழுதியவர்கள் கவிதைகளைத் தத்துவமயமாக்கிக்கொண்டிருந்தனர். நகுலன் கவிதைகளில் தத்துவமாக ஒரு

விஷயமும் இல்லை. ரொமாண்ட்டிக்கான அணுகு முறையும் இல்லை. சுசீலா அவர் கவிதைகளில் திரும்பத் திரும்ப வந்துகொண்டே இருப்பாள். எனினும் கனிவும் காதலுமான வார்த்தைகளை அவர் எழுதவே இல்லை. அதே சமயத்தில் சித்தர்களைப் போல் பெண் என்றாலே வெறுக்கத்தக்கவள், ஊத்தைக்குழி, உதிரப்புனல் என்றெல்லாமும் பார்க்கவில்லை.

கவிதையின் மொழியை அழகாக்க வேண்டுமென்றோ, வெளிப்பாட்டை அழகாக்க வேண்டுமென்றோ அவர் நினைக்கவில்லை. அவரிடம் ஒரு கச்சாவான தன்மை இருக்கிறது. எண்ணம் பிறக்கும்போதே சொல்ல முயல்வது போன்ற தோற்றம் அவரிடம் உண்டு. இந்தத் தோற்றத்தைச் செயல்படுத்த அவர் நிறையப் பிரயாசைப்பட்டிருப்பார் என்றுதான் நினைக்கிறேன். ஏனென்றால் அவ்வளவு பிரக்ஞைபூர்வமான செயல்பாடு இல்லாமல் ஒருவர் அறுபட்ட நிலைக்குத் தன்னுடைய வரிகளைக் கொண்டு செல்ல முடியாது.

பிறகு ஒரு கவிஞனை எப்படி வகைப்படுத்த வேண்டும் என்பது விமர்சகனுக்கு மட்டுமே இருக்கும் கேள்வி. வாசக னுக்கு அது தேவையில்லை. அவனுக்குத் தேவை இரு விஷயங்கள்தாம். அவனுக்குக் கிடைக்கக்கூடிய பரவசம் அல்லது நிம்மதியின்மை. இதைத்தான் கவிதானுபவம் என்கிறோம். இரண்டாவது, வாசித்தபின் அவனுக்குள் எஞ்சக் கூடிய கேள்விகள். அவ்வளவுதான். இவை இரண்டையும் ஒரு கவிஞன் கொடுத்தால் போதாதா? அவன் எந்த வகையைச் சேர்ந்தவனாக இருந்தால் என்ன?

சுகு: வாசகனைப் பொறுத்தமட்டில் அது சரிதான். ஆனால் தமிழில் நாற்பதாண்டுகள் இயங்கிய ஒருவரைத் தமிழ் இலக்கிய வரலாற்றில் எங்கு வைப்பீர்கள்? அதற்கு ஓர் உபகரணத்தைக் கண்டுபிடிக்க வேண்டியுள்ளது. இதைத் தொடர்ந்துதான் அவரை வகைப்படுத்தும் கேள்வி எழுந்தது. படிமங்கள் பேசப்பட்ட காலத்தில் நகுலன் படிமங்கள் சார்ந்த கவிதைகள் எழுதியிருக் கிறார். உதாரணமாக, 'கொல்லிப்பாவை' கவிதையைச் சொல்லலாம். உரையாடல்கள் சார்ந்த, ஞானக்கூத்தன் போன்றோரின் கவிதைகள் பேசப்பட்டபோது அவர் உரையாடல்கள்

சார்ந்து எழுதியிருக்கிறார். பின்னால், 'கவிதைக்குள் எதுவும் வேண்டாம்; அது இயல்பாக இருக்கட்டும்' என்ற கருத்து நிலவிய காலகட்டத்தில் நகுலன் அந்த மாதிரியான கவிதைகளும் எழுதி யிருக்கிறார். இதை எல்லாம் தாண்டி, தமிழ்க் கவிதைக்கான நகுலனின் தனித்துவம் மிக்க ஒரு பங்களிப்பு என்பது எதிர் கவிதைகள்தாம். இதைத் தமிழில் நகுலன்தான் முன்வைக்கிறார். இதை எல்லாம் கொண்டுதான் நாம் நகுலனைப் பார்க்க வேண்டும். இவற்றின் வழியாக ஒரு புதிய வாசகனுக்கு நகுலன் குறித்தான ஒரு திறப்பை ஏற்படுத்துகிறோம்.

யுவன்: பௌதிக உலகை முழுக்கக் கொண்டாடுபவராகவும் அல்லாமல், அதைக் கேவலம் என நிராகரிப்பவராகவும் அல்லாமல் இவை இரண்டுக்கும் வெளியில் இயங்கியவர் நகுலன். இந்த அடிப்படையில் அவரை *metaphysical* கவிஞர் எனச் சொல்லலாம் என நினைக்கிறேன். அதாவது பௌதிக உலகிற்கு அப்பால் செல்லக்கூடிய கவிமனமாக நகுலன் தெரிகிறார். அப்புறம் ஒரு விஷயம், எந்த வரையறைக்குள்ளும் அடங்காமல் தனித்துவமாக ஒரு கவிஞன் இருக்க வாய்ப்பில்லையா?

சுகு: கவிஞர்கள் எல்லோரும் முயல்வதே அதற்காகத்தானே. நகுலனுக்குப் பின்னால் வருபவர்களில் நகுலன் போல ஆக வேண்டும் என நினைப்பவர்கள்தாம் அதிகம். ஆனால் நகுலன் தொட்ட இடம், அவர்களுக்குக் கைவசமாகாத ஓர் இடம்.

யுவன்: ஒரு முக்கியமான விஷயம், தமிழில் காலம் என்னும் ஒரு சொல். இச்சொல் கவிதையிலும் சரி, உரை நடையிலும் சரி பெரும்பாலும் முறையாகப் பிரயோகிக்கப் படவில்லை. நேரம் அல்லது வேளை என்பது போன்ற அர்த்தத்தில் மட்டுமேதான் பிரயோகிக்கப்பட்டிருக்கிறது. பிரமிளிடம்தான் 'மனோவேளை' என்னும் ஒரு சொல்லைப் பார்க்கிறேன். நகுலன் கவிதை ஒன்றில்,

> 'திரும்பிப் பார்க்கையில்
> காலம் ஓர் இடமாகக்
> காட்சியளிக்கிறது'

இதில் 'காலம்', காலம் என்னும் வியக்தியாக மட்டுமே பிரயோகிக்கப்பட்டிருக்கிறது. அவர் எங்குமே 'காலம்' என்று

கடிகாரக் காலத்தையோ உளவியல் காலத்தையோ சொல்லவே இல்லை. இவை எல்லாம் சேர்ந்துதான் நகுலனின் உலகைத் தரப்படுத்துகிறது.

2

யுவன்: தமிழில் இன்று எழுத வந்திருக்கும் இளம் படைப்பாளிகள் வரைக்கும் நீங்கள் எல்லோரையும் வாசித்திருக்கிறீர்கள். நகுலனுக்கு முன்னும் பின்னும் அவர் சாயல் உள்ளவர் என யாரையாவது அடையாளம் காண்கிறீர்களா?

சுகு: நகுலன் நகுலனாக இருக்கிறார் என்பதற்கான ஒரே காரணம் நகுலன் கவிதைகளை நகுலன் மட்டுமே எழுத முடியும் என்பதுதான். அப்படியான உலகத்தை வேறொரு வர் உருவாக்க முடியுமெனத் தோன்றவில்லை. அதுமட்டு மல்ல, எல்லோரும் தனக்குள்ளிருந்து வெளியேறிக்கொண் டிருக்கும்போது நகுலன் தொடர்ந்து தனக்குள் உள் நோக்கிச் சென்றுகொண்டிருந்தார். கவிதையில் மட்டுமல்ல அவருடைய நாவல்களிலும் இதைத் தொடர்ந்தார். அந்த வகையில் தமிழின் தனித்துவம் மிக்க எழுத்தாளர் அவர். நகுலனின் நிழலை வேண்டுமானால் தீண்ட முடியுமே தவிர நகுலனின் சுடரை யாராலும் தொடமுடியாது. ஆனால் நகுலனின் உந்துதலால் தங்கள் வரிகளை உருவாக்கியவர் கள் இருக்கக்கூடும். அது பெரும்பாலும் பாசாங்கான ஒன்றாகத்தான் இருக்கிறது. ஏற்கெனவே சொன்னதுபோல நகுலன் எழுதிய நான்கு வரிகள் ஏன் கவிதையாகின்றன, இன்னொருவரின் நான்கு வரிகளால் ஏன் கவிதை ஆக முடியவில்லை? இந்தக் கேள்விகளுக்கான விடைதான் இதற்கும்.

அதுபோல இன்னொரு விஷயத்தையும் சொல்லலாம். ஜென் கவிதைகளில் உள்ள ஜென் மனநிலையைத் தமிழ்க் கவிதைக்குள் கொண்டுவந்துவிட முடியும் எனப் பலரும் நினைக்கிறார்கள். ஆனால் அது பெரும்பாலும் வெறும் நகலெடுப்பாக மட்டுமே நின்றுவிடுகிறது. இதுதான் நகுலன் விஷயத்திலும் நடந்திருக்கிறது. நகுலன் போலச் சிலவரி களை எழுத முயன்றிருக்கிறார்கள். ஆனால் அதனளவுக்

கான ‘கவித்துவம்’ அவ்வாறு எழுதப்பட்ட கவிதைகளில் நிகழவில்லை என்பதுதான் உண்மை. விக்ரமாதித்யனின் பல வரிகளில் நகுலன் சாயல் இருக்கிறது. யூமா வாசுகியின் தொகுப்பிலும் சில வரிகளில் நகுலன் தென்படுகிறார். இன்னும் சிலரையும் சொல்லலாம். நகுலனின் வரிகளும் அவருடைய அனுபவமும் பிரிக்க முடியாத உறவுடையவை. அனுபவம் சார்ந்துதான் அந்த வரி வந்திருக்கிறது அல்லது அந்த வரியைச் சார்ந்துதான் அந்த அனுபவம் தர்க்கமாகிறது. இப்படியான ஓர் ஆளுமை தமிழில் இல்லை. அதனால் நகுலனுக்கு முன்னும் பின்னும் நகுலன் மட்டுமே.

யுவன்: தமிழுக்கு வெளியில் . . .

சுகு: அவ்வளவு நுட்பமான வாசிப்பு இல்லை என்றாலும் இரு கவிஞர்களை நகுலனின் சாயல் உள்ளவர்களாகச் சொல்லலாம். ஒருவர் எமிலி டிக்கின்ஸன். லௌகீகமான எல்லாவற்றையும் கவிதைக்குள் கொண்டுவந்தாலும் அவை லௌகீகம் சார்ந்ததாக மட்டுமல்லாமல் கவிதை சார்ந்த ஒன்றாக மாறுவது, அதுவே ஆக இருப்பது ஆகிய தன்மைகளில் நகுலனின் சாயலை உணர முடியும். எமிலி டிக்கின்ஸன் நகுலனைப் பாதித்திருக்கலாம். இதற்கான சான்றுகளை நகுலனின் சில கட்டுரைகளில் பார்க்க முடிகிறது. குறிப்பாக ‘மழை: மரம்: காற்றி’ல் எமிலியின் வரிகளையே அவர் மொழிபெயர்த்துச் சேர்த்திருக்கிறார். இன்னொருவர் ரஷ்யக் கவிஞர் ஜோசப் ப்ராட்ஸ்கி. ஓர் அரூபமான மனநிலையை உருவாக்குவதில் ப்ராட்ஸ்கியை நகுலனுடன் ஒப்பிடலாம்.

யுவன்: நகுலனிடம் பொக்கான வரிகள் எனக் கருதக்கூடிய வரிகளும் இருக்கின்றன. உதாரணமாகத் திரும்பத்திரும்பப் பேசப்படும், திரும்பத்திரும்பச் சர்ச்சைக்குள்ளாகும் அந்த வரி. ‘நில் போ வா’. இந்த வரிகளை நாம் எந்த இடத்தில் பொருத்திப் பார்ப்பது? இதுவும் நகுலன் கட்டி எழுப்பிய அக உலகம்தானே, இதற்கும் ஒரு மறைபொருள் இருக்கத்தானே செய்யும். ஒரு வாசகனாக என்னால்தான் அதை எட்டிப்பிடிக்க முடியவில்லையோ?

சுகு: இதே சந்தேகம் எனக்கும் இருக்கிறது. ‘இருப்பதற்கென்றே வருகிறோம் இல்லாமல் போகிறோம்’ இந்த வரிகள் தரும் அனுபவத்தை ‘நில் வா போ’ தரவில்லை. முதல் கவிதையைப் புரிந்துகொள்ள கவிதைகள் சார்ந்த

என் புரிந்துகொள்ளலே போதுமானது. அது நகுலன் தந்ததாக இருக்கலாம் அல்லது நகுலனைப் புரிந்துகொள்ள நான் எடுத்துக்கொண்ட முயற்சியின் விளைவாக அடைந்த தாக இருக்கலாம். ஆனால்' 'நில் வா, போ' எந்தவிதமான தூண்டுதலையும் தரவில்லை. நகுலன் தந்ததும் அல்லது நகுலன் தந்ததாக நான் எடுத்துச்செல்லும் விஷயங்களுக் குள் இந்த மூன்று சொற்கள் இல்லை. எனக்குத் தெரிந்து நகுலன் மிகவும் பிரக்ஞைபூர்வமான எழுத்தாளர். அதுபோல மிகவும் வேடிக்கையான மனிதரும்கூட. தந்திரமாக வாசகர் களை ஏமாற்றக்கூடிய வேலைகளை வேடிக்கையாக அவர் செய்திருக்கக்கூடும். அப்படியானவையாக இக்கவிதைகள் இருக்கலாம். பிற்காலத்தில் அவர் எழுதிய கவிதைகள் உண்மையான கவிதை நோக்கின்றி வேறுவேறு தேவை களுக்காக – ஓர் எதிர்வினையாகவேகூட – எழுதப்பட்டவை தாம். எனக்கு அப்படித்தான் தோன்றுகிறது. அதுபோல் தான் இவை எல்லாம் நகுலனின் கவிதைகள் எனச் சொல்லப்பட்டபோதும் நகுலனின் சாரத்தைக் கொண்டவை யாகத் தோன்றவில்லை.

யுவன்: எனக்கு வேறு ஒன்று தோன்றுகிறது. தன் கவிதைகளில் எதையுமே மர்மப்படுத்தாதவராக, எல்லாவற்றையும் திறந்துவைக் கக்கூடிய கவிஞராக நகுலன் இருந்திருக்கிறார். அவர் திறந்து வைத்திருக்கும் அந்த விஷயம் தன்னளவில் மர்மமானதாக இருக்கும். ஆனால் அவர் மெனக்கெட்டு எதையும் மர்மமாக்க வில்லை. இந்த 'நில், போ, வா' கவிதையிலும் அவர் எதையும் மர்மப்படுத்தியிருக்கமாட்டார் என்றுதான் தோன்றுகிறது. அவருடைய அபிமானிகள் எதையெதைப் பற்றியோ சொல்லும்போது இதையும் சொல்கிறார்கள்.

இன்னொரு கேள்வி, பிரக்ஞைபூர்வமாகக் கவிதைகள் எழுதிய, தீர்க்கமான கவிதைப் பரப்பைக் கட்டியமைத்த ஒரு கவிஞரின் கவியுலகிற்குள் இம்மாதிரியான வரிகள் எப்படி நுழைகின்றன?

சுகு: இது கொஞ்சம் குழப்பமான கேள்வி. ஆன்மிகப் பெரியவர்கள் பேசும்போது அவர்களது சொற்களுக்கு அவர்களே உத்தேசிக்காத பல பொருள்கள் சொல்லப்படும், இல்லையா? அதுபோலத்தான் இதுவும் எனச் சந்தேகிக் கிறேன். மற்றபடி இதை எப்படிப் புரிந்துகொள்வது எனத் தெரியவில்லை.

யுவன்: பிரமிள், ஞானக்கூத்தன், பசுவய்யா போலக் கவிதையை முழுநேரச் செயல்பாடாகப் பார்த்த பலர் இருக்கும்போது நகுலன் மட்டும் ஏன் திருவுருவாகப் பார்க்கப்படுகிறார்? அவருடைய குடிப்பழக்கத்திற்கும் இதற்கும் எதாவது நேரடித் தொடர்பு உண்டா?

சுகு: எனக்கு அப்படித்தான் தோன்றுகிறது. நகுலனைப் பற்றிய பார்வைகளை நான் இரண்டாகப் பிரிக்கிறேன். ஒன்று, நகுலனின் இலக்கியம் சார்ந்து அவர் மதிப்பிடப் படுவது; மற்றொன்று, கட்டமைக்கப்பட்ட பிம்பம் சார்ந்து அவரை அணுகுவது. நகுலன் வாழ்ந்தது ஒரு *maverick* ஆன, *eccentric* ஆன வாழ்க்கையை. இது அவரே அனுமதித்துக்கொண்ட வாழ்க்கை. எல்லாருக்கும் இந்த வாழ்க்கை வாழ வேண்டும் என்னும் ஆசையிருக்கும். ஆனால் எல்லாருடைய சூழ்நிலையும் அதை அனுமதிப்ப தில்லை ஆகவே நகுலன் குறித்தான இந்தப் பிம்பத்தைக் கட்டமைத்துக்கொண்டே இருக்கிறோம். இந்தப் பிம்பம் சார்ந்துதான் அவருடைய படைப்புகளை அணுகுகிறோம். இதற்கு மாறாக, நகுலனுக்கு இலக்கியம் சார்ந்த ஓர் உலகம் இருக்கிறது. அதற்குள் பிரவேசிக்க மிகக் குறைச்சலான முயற்சிகள்தாம் மேற்கொள்ளப்பட்டிருக்கின்றன. இதற்கு உதாரணம், *நகுலன் இலக்கியத் தடம்* என்னும் தொகுப்பு. இதிலுள்ள பெரும்பாலான கட்டுரைகளில் நகுலன் என்னும் இலக்கிய ஆளுமையையோ, அவருடைய இலக்கியப் பங்களிப்பையோ பற்றிப் பேசுவதைவிட நகுலன் என்னும் நபரைப் பற்றியும், அவருடைய அன்றாட நடவடிக்கைகள் பற்றியும், குறிப்பாகக் குடி பற்றியும் அவருடைய தனிமை பற்றியும்தான் அதிகம் சொல்லப்பட்டுள்ளது.

யுவன்: இவ்வளவு குடி அபிமானியாக இருக்கக்கூடிய நகுலன், குடித்த பின் உடலுக்குள்ளும் மனத்திற்குள்ளும் ஏற்படும் மாற்றங் களைக் கவிதைகளில் எங்கேயாவது பதிவுசெய்திருக்கிறாரா? பிராந்திக் குப்பி என்னும் புறப்பொருள் தவிர வேறு ஏதாவது அகச் சலனம் பற்றி கவிதையில் பேசியிருக்கிறாரா?

சுகு: இல்லை.பேசியதே இல்லை.

யுவன்: அப்படியானால் நகுலன் குடியைப் பற்றி கொண்டிருந்த அபிப்பிராயத்தை விடவும், அவருடைய குடிப்பழக்கம் பற்றிப் பிறர்

கொண்டிருக்கிற அபிப்பிராயம் உயர்வானதாக இருந்திருக்கிறது எனத் தோன்றுகிறது, இல்லையா?

சுகு: குடித்த மனத்திலிருந்து ஒரு வரிகூட எழுதப்படவே இல்லை அல்லது குடித்த அவஸ்தையைக்கூட அவர் எழுதியதில்லை. குடி கொடுக்கும் பரவசத்தையும் எழுதியதில்லை. அவரைப் பொறுத்தவரை குடிப்பது என்பது தண்ணீர் குடிப்பதைப் போன்றது. அதைத் தாண்டி அதற்கு எந்த முக்கியத்துவமும் இருந்ததாகத் தெரியவில்லை.

யுவன்: இப்படிப் புரிந்துகொள்ளலாமா, ஒரு கவிதையில் 'ஒரு கட்டு வெற்றிலையும் சீவலும்' எனக் குறிப்பிடுகிறார். அவரைப் பொறுத்தவரை இதற்கும் பிராந்திக் குப்பிக்கும் ஒரு வித்தியாசமும் இல்லை எனக் கொள்ளலாமா?

சுகு: ஆமாம். அப்படித்தான்.

யுவன்: அப்புறம் அவருடைய கவிதைகளில் மஞ்சள் நிறப் பூனை வரும் அதே அளவுக்குத்தான் பிராந்திக் குப்பியும் வருகிறது. இவை எல்லாமும் புற உலகத்தைப் பிரநிதித்துவப்படுத்தக்கூடிய சில ஸ்தூலப் பொருட்கள் என எடுத்துக்கொள்ளலாமா?

சுகு: அசையும்/நிலைத்திருக்கும் பொருட்களைத் தாண்டிய, இவற்றை உட்படுத்திய இன்னொரு விஷயத்திற்குத்தான் நகுலன் செல்கிறார் என நினைக்கிறேன். ஆக இவை எல்லாம் அந்தப் பொருட்கள் மட்டுமல்ல. அது பூனையாக இருந்தாலும் சரி, பிராந்திக் குப்பியாக இருந்தாலும் சரி. அவருடைய 'மழை: மரம்: காற்று' என்னும் நெடுங்கவிதையில் இயற்கை பற்றி நிறையப் பேசுகிறார். ஆனால் அவை எல்லாம் வெறும் மழையாக, வெறும் மரமாகத்தான் இருக்கின்றன. இதே நிலைதான் அவரது மதுவுக்கும் இருக்கிறது.

ஒரு விஷயம் சொல்கிறேன். நகுலன் ரொம்பவும் பிரக்ஞைபூர்வமான கவிஞர் எனச் சொல்வதற்கு என்னிடம் ஓர் ஆதாரம் உண்டு. என் கவிதைத் தொகுப்பு வந்த சமயத்தில் நகுலனைச் சென்று சந்தித்தேன். அந்தக் கவிதைகளை வாசித்தார். வாசித்துவிட்டு அவற்றின் வரிகளை நிரல்படுத்

தினார். அந்தச் செயலை அவர் 'structuring the poem' என்றார். அதாவது இந்தக் கவிதையை உச்சரிக்கும்போது,

'எனக்கு யாருமில்லை
நான்
கூட'

என்றார். 'கூட' என்பது தனி அலகாக மட்டுமே ஒலித்தது. 'நான்கூட' என்று கவிதையில் வருகிறது. ஆனால் நகுலன் உச்சரித்த விதத்தில் அந்த வரிகளுக்குக் கூடுதலான வேறொரு பொருள் வந்தது. இதைத்தான் அவர் 'structuring the poem' என்கிறார். இதோடுதான் நாம் நகுலனைப் பார்க்க வேண்டும். ஆனால் இது புரியாமல் நகுலனுக்குப் பின்னால் வந்தவர்கள் சொற்களை வெறுமனே உடைத்துப்போட்டனர்.

யுவன்: நகுலனின் தனிமை குறித்தும் பேச்சு வந்துகொண்டே இருக்கிறது. அவருடைய தனிமை, மணமாகாததால் வந்த தனிமை அல்ல என்றே நினைக்கிறேன். தவிர, கடைசி காலம் வரை அவருடைய அம்மா அவர் கூடவே இருந்திருக்கிறார். அம்மா பற்றி கோட்-ஸ்டாண்ட் கவிதைகளில் குறிப்பிட்டிருக்கிறார். நகுலன் குடும்பத்திற்குள்தான் இருந்திருக்கிறார். ஆனால் தனக்கென்று ஒரு வாழ்க்கையை ஏற்படுத்திக்கொள்ளவில்லை. இந்தத் தனிமையை ஒரு சமூகத் தனிமையாக எடுத்துக்கொள்பவர்கள் ஒருவிதமாகப் பேசுகிறார்கள். அவர் கவிதைகளில் வெளிப்படும் தனிமையைச் சமூகத் தனிமை மட்டுமே என நினைக்கிறீர்களா?

சுகு: என் அனுபவங்களின்படி, சமூகரீதியாக நகுலன் தனிமையை உணர்ந்தார் என்று சொல்வதற்கில்லை. ஏனென்றால் அவர் வாழ்ந்த ஊரில் நான் வாழ்கிறேன். அவரோடு தொடர்பிலிருந்த பலரையும் நான் பார்க்கிறேன். அவர் இறந்தபோது வீட்டிற்கு வந்திருந்த கேரளத்தின் முக்கியமான பேராசிரியர்கள் உட்பட பலருக்கும் 'நகுல' னைத் தெரிந்ததைவிடவும் 'டி.கே. துரைஸ்வாமி' என்னும் ஆங்கிலப் பேராசிரியரைத்தான் தெரிந்திருக்கிறது. நகுலனின் வீட்டில் நண்பர்களோ மாணவர்களோ இல்லாத நாட்கள் குறைவு. சமூகரீதியான தனிமையை அவர் அனுபவித்தார் என்று தோன்றவில்லை. அவர் அனுபவித்த தனிமை ஒரு

கவிஞன் தனக்காகத் தேர்ந்தெடுத்த தனிமை. இதைத் தமாஷாக, அறிவுரையாகக்கூட அவர் சொல்லியிருக்கிறார், "நீங்க கவிதையெல்லாம் எழுதணும்னா கல்யாண மெல்லாம் பண்ணிக்காதீங்க" என்று.

யுவன்: மற்றவர்களைப் போல ஓய்வுபெறும் வயதுவரை பணி யாற்றிய ஓர் ஆங்கிலப் பேராசிரியர். தாயாரோடு ஒரே வீட்டில் வசித்த மகன். 'சகோதரிகளில் ஒருத்தி உள்ளூரில் இருக்கிறாள், ஒருத்தி வெளிநாட்டில் இருக்கிறாள்' எனக் கவிதைகளில்கூட அவர்களைப் பற்றிய குறிப்புகளை எழுதிய ஒரு குடும்பஸ்தன். இப்படி இருக்க எங்கிருந்து இந்தத் தனிமை பிம்பம் நகுலன்மீது சுமத்தப்பட்டது, அது எப்போது தொடங்கியது? எனக்கு முன்பே தமிழ் இலக்கியத்திற்குள் வந்துவிட்டதால் உங்களுக்குச் சரித்திர பூர்வமாகத் தெரிந்திருக்குமென நினைக்கிறேன்...

சுகு: இல்லை. எனக்குப் பொதுவாக வரலாற்று ஞானம் குறைவு!

யுவன்: ஏன் கேட்கிறேனென்றால் சமூக அளவில் அவரை வேறு படுத்திக்காட்டுவது 'திருமணம் முடித்துக்கொள்ளவில்லை' என்னும் ஒரு குறிப்புதான்...

சுகு: நகுலன் சுவாரஸ்யமாகவும் சரளமாகவும் பேசக் கூடியவர். அவருடைய பிற்காலத்தில் நினைவுகள் எல்லாம் தப்பிப்போவதற்கு முன்புவரை தமிழ் இலக்கியவாதிகளுட னும் மலையாள எழுத்தாளர்களுடனும் ஆங்கிலத் துறை சார்ந்தவர்களுடனும் தொடர்ந்து உரையாடல்களை நிகழ்த்திவந்திருக்கிறார். இதில் அவருடைய தனிமை என்பது நாம் சொல்லிச்சொல்லியே உருவாக்கியதுதான். தனது தனிமையைச் சமாளிக்க அவரிடமே சில விஷயங்கள் உண்டு. ஸ்தூலமாகச் சொல்வதானால் அவருடைய மதுப் பழக்கம். சூட்சுமமாகச் சொல்வதானால் அவருடைய இலக்கியச் செயல்பாடு. இவை எல்லாவற்றையும் தாண்டி எல்லோருக்குமான தனிமையைத்தான் அவர் அனுபவித்தார். அடிப்படையில் பார்த்தால் யார்தான் தனிமையில் இல்லை?

யுவன்: இந்தக் கேள்வியை வேறுவிதமாகக் கேட்க வேண்டும். தனிமையை உணராத ஒருவன் கவிதை என்னும் ஊடகத்திடம் சென்றுவிட முடியுமா?

சுகு: 'யாருமற்ற இடத்தில் எல்லாம் நடக்கிறது' என்கிறார் நகுலன். எல்லாம் நடக்கும் இடத்தின் தனிமையில்தான் நகுலன் இருக்கிறார்.

யுவன்: அவருடைய ஒரு கவிதை பற்றி விரிவாகப் பேசலாம்.

'நேற்றுப்
பிற்பகல்
4.30
சுசீலா
வந்திருந்தாள்
கறுப்புப்
புள்ளிகள்
தாங்கிய
சிவப்புப் புடவை
வெள்ளை ரவிக்கை
அதே
விந்தை புன்முறுவல்
உன் கண்காண
வந்திருக்கிறேன்
போதுமா
என்றுசொல்லி
விட்டுச்சென்றாள்
என்கண்முன்
நீலவெள்ளை
வளையங்கள்
மிதந்தன.'

'... வெள்ளை ரவிக்கை' – இதுவரைக்கும் இருக்கும் எல்லாம் மாறக்கூடியவை. வேறொரு நேரமாக இருக்கலாம். வேறொரு நிறப் புடவையாக இருக்கலாம். 'அதே விந்தைப் புன்முறுவல்' இந்த வரியில் ஸ்தூலமான இடத்தில் இருந்து கவிதை மெல்ல உள்ளுக்குள் நகர்கிறது. 'உன் கண் காண வந்திருக்கிறேன்' இந்த வரியில் மீண்டும் நகுலன் வருகிறார். உன்னைக் கண்ணாரக் காண்பதற்காக வந்திருக்கிறேன், உன்னுடைய கண்ணைக் காண்பதற்காக வந்திருக்கிறேன் – இதில் எதைச் சொல்கிறது இந்த வரி, அல்லது உன் கண் என்னைக் காண வேண்டும் என்பதற்காக வந்திருக்கிறேன் எனச் சொல்கிறதா? அதாவது

நான் உன்னைக் காண வந்திருக்கிறேன் எனச் சொல்கிறதா, அல்லது உனக்குத் தரிசனம் தர வந்திருக்கிறேன் என்கிறதா? இந்த வரியில் ஒரு குழப்பம் வருகிறது.

'போதுமா
என்றுசொல்லி
விட்டுச்சென்றாள் . . .'

திரும்பவும் கேள்விகள். என்னைப் பார்த்துவிட்டாயே இது மட்டும் போதுமா, அல்லது தனக்கு இது போதுமா என சுசீலா தன்னைத்தானே கேட்டுக்கொள்கிறாளோ? 'விட்டுச் சென்றாள்' என்ற சொற்றொடர் தனித்த வரியாக இலங்குவது தற்செயலாகத் தானா!

'என்கண்முன்
நீலவெள்ளை
வளையங்கள்
மிதந்தன'

இந்த வரிகளில் கவிதை வேறொங்கோ சிடுக்கில் சென்று மாட்டிக் கொண்டுவிடுகிறது. ஆனால் அந்த வளையங்கள் மிதப்பது ஒரு பித்துநிலையின் அம்சம். அவள் வந்துவிட்டுப் போனது வெறும் குறிப்புகளாகவும், இந்த வளையங்கள் மிதப்பது எஞ்சி நிற்கும் தன்னனுபவமாகவும் நீந்துகின்றன. இவை எல்லாம் எவற்றை நோக்கியும் சுட்டப்படாமல் நேரடியாக, ஒரு செய்திபோல் சொல்லப் பட்டிருக்கின்றன. ஒரு மனம் உள்ளுக்குள் எவ்வாறு வழுக்கிச் செல்கிறது என்பதற்கு உதாரணமாக இந்தக் கவிதையைச் சொல்லலாம். நீங்கள் 'மழை: மரம்: காற்று' பற்றிச் சொல்லிக் கொண்டிருந்தீர்கள். . .

சுகு: தமிழில் எழுதப்பட்ட மிக முக்கியமான கவிதைகளில் நகுலனின் 'மழை: மரம்: காற்று'ம் ஒன்று. ஒருவர் நாற்காலியில் அமர்ந்து, அதுவும் ஏழு நாட்கள் அமர்ந்து, பார்க்கும் விஷயங்களின் தொகுப்புதான் இந்தக் கவிதை. கவிதைக்கான அலங்காரங்கள் எதுவும் இல்லை. எல்லாமே நேரடியான வரிகள். பார்க்கும் விஷயங்களை நாட்குறிப்பில் பதிவுசெய்வது போன்ற தோற்றம். இந்தச் சூழ்நிலை சார்ந்து மனத்திற்குள் வந்து சேரக்கூடிய வேறு சில வரிகளும் – அவை மொழிபெயர்ப்பாகவோ அல்லது

அந்த உந்துதலில் எழுதிய சொந்த வரிகளாகவோ இருக்கும். இதில் எதையுமே நாம் இதுவரை தெரிந்து வைத்திருக்கும் கவிதைக்கான நடைமுறையாகச் சொல்ல முடியாது. 'ஒரு நூற்றெட்டு அரிவாள் நிழல்கள் பறக்கும் அறுவடை வயல்வெளியில்...' என்பது போன்றோ 'வண்ணத்துப்பூச்சி தன் கால்களில் ஒரு காட்டைச் சுமந்து கொண்டு...' என்பது போன்றோ கவித்துவ கனம் உள்ள ஒரு வரிகூட இந்த நீள்கவிதையில் இல்லை. தகவலைக் கட்டமைப்பது போலத்தான் இந்தக் கவிதையை நகுலன் நகர்த்திச் செல்கிறார். ஏழுநாள் முழுசாகக் காற்றோடும் மழையோடும் இருந்த மனநிலையை இறுதியில் சொல்லி விட்டுப் போகிறார். சுத்தமாகத் துடைத்து எடுக்கப்பட்ட ஒரு மனத்தைக் கடைசியில் சொல்ல நினைக்கிறார்:

'என் எதிரே திறந்த வெளி; சாந்தமான வெயில் ஒளி'

இவ்வளவு அனுபவங்களுக்குப் பிறகும் அந்த மனது பார்ப்பது ஒரு சூன்யத்தின் பிரகாசத்தைத்தான். அதாவது, அவ்வளவும் இட்டு நிரப்பிய பிறகும் ஒரு வெற்றுப் பாத்திரம். சொல்வதை மீறி, சொல்லப்படாத ஒன்றை வாசகனிடம் தொற்றவைக்கும் முயற்சியைத் தொடர்ந்து நகுலன் செய்திருக்கிறார். இந்தத் தொகுப்பு அதற்கு சாட்சி. தமிழ்க் கவிதையில் நகுலனின் சாதனை இது என்று நினைக்கிறேன்.

(நாகர்கோயிலில் 11.08.2012 அன்று பதிவு செய்யப்பட்ட உரையாடலின் சுருக்கப்பட்ட எழுத்து வடிவம்.)
தொகுப்பு: **மண்குதிரை**